சீராக்குவோம்
உடலையும் உலகையும்

நாம் வசிக்கும் உடலையும்
உடல் வசிக்கும் உலகையும்

முனைவர் க. இராசேந்திரன்

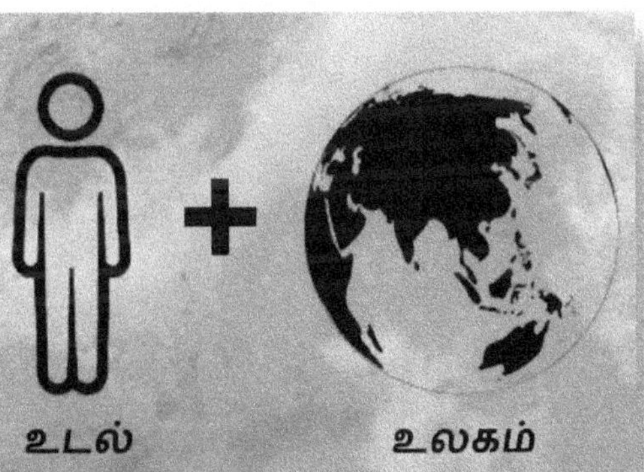

நாம் வசிக்கும் உடலையும்
உடல் வசிக்கும் உலகையும்

அர்ப்பணிப்பு

இந்நூலை எனது மறைந்த தந்தை, ஆண்டாபுரம் கு.கணேசன் மற்றும் மறைந்த எனது தாயார் பாக்கியம் ஆகியோருக்கு சமர்பிக்கிறேன். அவர்கள் என்னை நம்புவதற்கு எனக்குக் கற்றுக் கொடுத்தார்கள், அவர்களுடைய ஆசீர்வாதங்கள் நான் யார் என்பதில் எப்போதும் ஒரு பகுதியாக இருக்கும். இந்த புத்தகத்தின் மூலம், அவர்கள் என்னை ஊக்கப்படுத்தியது போல், அவர்களின் நினைவை போற்றும் வகையில் மற்றவர்களையும் ஊக்குவிக்கும் என நம்புகிறேன்.

முன்னுரை

"சீராக்குவோம் நாம் வசிக்கும் உடலையும் உடல் வசிக்கும் உலகையும்" என்ற இந்தப் புத்தகத்தின் நோக்கம், பொறுப்பான உலகளாவிய குடிமகனாக இருப்பதின் அவசியம் மற்றும் பெருநிறுவனப் பொறுப்பின் முக்கியத்துவத்தை விவாதிக்கிறது. சிறந்த ஆரோக்கியம் மற்றும் பழக்கவழக்கங்கள், நடத்தைகள் மற்றும் ஒட்டுமொத்த நல்வாழ்க்கை முறையை நிர்வகிப்பதை இது வலியுறுத்துகிறது.

பயணத்தின் புரிதலை விரிவுபடுத்தி பயணத்தின் பங்கு மற்றும் என்ன செய்யவேண்டும் என்ன செய்யக்கூடாது என்பதை விளக்குகிறது. டிஜிட்டல் தொழில்நுட்பம், செயற்கை நுண்ணறிவு, தனிப்பட்ட வளர்ச்சி மற்றும் புதுமைக்கான பங்களிப்பை ஆராய்கிறது, டிஜிட்டல் தொழில்நுட்பத்தை புத்திசாலித்தனமாக பயன் படுத்துவதன் முக்கியத்துவத்தை வலியுறுத்துகிறது. புவி வெப்பமடைவதைத் தடுப்பதில் உலகளாவிய விழிப்புணர்வையும் நேர்மறையான தாக்கத்தை ஏற்படுத்துவதில் தனிநபர்கள் மற்றும் நிறுவனங்களின் பொறுப்புகளையும் கோடிட்டுக் காட்டுகிறது.

முனைவர் க. இராசேந்திரன்

அறிமுகம்

"சீராக்குவோம் நாம் வசிக்கும் உடலையும் உடல் வசிக்கும் உலகையும்" என்பது தனிநபரின் பொறுப்புகள், பெருநிறுவனங்கள் மற்றும் உலகில் நேர்மறையான தாக்கத்தை ஏற்படுத்துவது மற்றும் பொறுப்பான உலகளாவிய குடிமகனாக இருப்பது பற்றிய நடைமுறை ஆலோசனைகள் இதில் அடங்கும்.

பகுதி 1, "வாழ்க்கை முறையை நிர்வகித்தல்" என்பது ஆரோக்கியம் மற்றும் ஒட்டுமொத்த நல்வாழ்வை மேம்படுத்துவதற்காக ஒருவரின் பழக்கவழக்கங்கள், நடத்தைகள் மற்றும் தினசரி நடைமுறைகளை நிர்வகிப்பதற்கான நனவான மற்றும் செயலூக்கமான அணுகுமுறையைக் குறிக்கிறது. பயணம் மற்றும் எளிமை, பயணங்களின் போது செய்ய வேண்டியவை மற்றும் செய்யக்கூடாதவை பற்றிய அதிக புரிதலுக்கும் பயணம் எவ்வாறு பங்களிக்கும் என்பதை விவாதிக்கிறது.

பகுதி 2. " வாழ்க்கையை டிஜிட்டல் மயமாக்குதல்", டிஜிட்டல் தொழில்நுட்பம், செயற்கை நுண்ணறிவு மற்றும் தனிப்பட்ட வளர்ச்சி மற்றும் நிதி சுதந்திரத்தில் புதுமை ஆகியவற்றின் பங்கை ஆராய்கிறது. டிஜிட்டல் தொழில்நுட்பத்தை புத்திசாலித்தனமாகப் பயன்படுத்துவதன் முக்கியத்துவத்தை இது

வலியுறுத்துகிறது மற்றும் அதிகப்படியான டிஜிட்டல் நுகர்வு அபாயங்களையும் ஆராய்கிறது.

பகுதி 3, "வளர்ச்சியை நிர்வகித்தல்", அதிகப்படியான பொருள்முதல்வாத வளர்ச்சியைப் பின்தொடர்வதால் ஏற்படும் ஆபத்துகள் மற்றும் முழுமையான வளர்ச்சியின் நன்மைகள் மற்றும் நிலையான வளர்ச்சியைத் தழுவுவது பற்றி விவாதிக்கிறது. அரிதாகக் கேட்கப்படும் கேள்விகளுக்கான பதில்கள் இதில் அடங்கும்.

இறுதியாக, பகுதி 4, "உலகளாவிய கவனிப்பு", உலகளாவிய பொறுப்பின் முக்கியத்துவத்தை வலியுறுத்துகிறது புவி வெப்பமடைவதைத் தடுப்பது மற்றும் ஒவ்வொரு தனிநபரின் பொறுப்புகள், பெருநிறுவனங்கள் மற்றும் உலகில் நேர்மறையான தாக்கத்தை ஏற்படுத்துவது மற்றும் பொறுப்பான உலகளாவிய குடிமகனாக இருப்பது பற்றிய நடைமுறை ஆலோசனைகள் ஆகியவை இதில் அடங்கும்.

சீராக்குவோம்

நாம் வசிக்கும் உடலையும்
உடல் வசிக்கும் உலகையும்

சீராக்குவோம்

நாம் வசிக்கும் உடலையும்
உடல் வசிக்கும் உலகையும்

1. வாழ்க்கை முறையை நிர்வகித்தல்

வாழ்க்கை முறை மேலாண்மை என்பது ஒருவரின் பழக்கவழக்கங்கள், நடத்தைகள், தினசரி நடைமுறைகள் ஆரோக்கியம் மற்றும் ஒட்டுமொத்த நல்வாழ்வை மேம்படுத்துவதற்கான விழிப்புணர்வு அணுகுமுறையைக் குறிக்கிறது. உடல் தகுதி, ஊட்டச்சத்து, மன அழுத்த மேலாண்மை, வேலை-வாழ்க்கை சமநிலை மற்றும் வாழ்க்கையின் பிற அம்சங்கள் தொடர்பான தனிப்பட்ட இலக்குகளை அமைப்பதும் இதில் அடங்கும்.

வாழ்க்கை முறை மேலாண்மை

வாழ்க்கைத் தரத்தை மேம்படுத்துதல் மற்றும் அன்றாட வாழ்வில் கட்டுப்பாடு மற்றும் திருப்தி உணர்வை அடைதல். உடல்நலப் பயிற்சியாளர்கள், உணவியல் நிபுணர்கள் அல்லது சிகிச்சையாளர்கள் போன்ற நிபுணர்களின் உதவியைப் பெறுதல். விரும்பிய விளைவுகளை ஆதரிப்பதற்காக ஒருவரின் சூழல், நடைமுறைகள் மற்றும் பழக்கவழக்கங்களில் மாற்றங்களைச் செய்வதும் இதில் அடங்கும்.

நேர மேலாண்மை: தெளிவான இலக்குகளை அமைப்பதன் மூலம், மிக முக்கியமான பணிகளைக் கண்டறிவதன

மூலம் நீங்கள் நேரத்திற்கு முன்னுரிமை கொடுங்கள். ஒழுங்கமைக்கப்பட்ட மற்றும் கவனம் செலுத்த, அட்டவணை அல்லது செய்ய வேண்டிய பட்டியல் போன்ற நேர மேலாண்மை கருவிகளைப் பயன்படுத்துவது.

ஆற்றல் மேலாண்மை: உடற்பயிற்சி, தியானம் மற்றும் போதுமான ஓய்வு போன்ற சுய-கவனிப்பு நடவடிக்கைகளுக்கு முன்னுரிமை அளித்து உங்கள் ஆற்றலை நிர்வகிக்கவும், அதிக உற்பத்தித்திறனை பராமரிக்கவும் மன அழுத்தத்தை குறைக்கவும் உதவும்.

நிதி மேலாண்மை: பட்ஜெட்டை அமைப்பதன் மூலமும், உங்கள் செலவினங்களைக் கண்காணிப்பதன் மூலமும், எதிர்காலத்திற்காக சேமிப்பதன் மூலமும் உங்கள் நிதிகளை நிர்வகிக்கலாம்.

இலக்கு அமைத்தல்: உங்கள் தனிப்பட்ட மற்றும் தொழில் வாழ்க்கையில் நீங்கள் எதை அடைய விரும்புகிறீர்கள் என்பதற்கான தெளிவான மற்றும் குறிப்பிட்ட இலக்குகளை அமைக்கவும். இது உத்வேகத்துடன் இருக்கவும் வெற்றிக்கான உங்கள் பாதையில் கவனம் செலுத்தவும் உதவும்.

தொடர்ச்சியான கற்றல்: புதிய அனுபவங்களையும் சவால்களையும் தேடுவதன் மூலம் தொடர்ந்து கற்றுக்கொண்டு வளருங்கள். இது உங்கள் அறிவையும் திறமையையும் விரிவுபடுத்தவும் உங்கள் முழு திறனை அடையவும் உதவும்.

உங்கள் நேரம், ஆற்றல் மற்றும் வளங்களை திறம்பட நிர்வகித்தல், தெளிவான இலக்குகளை நிர்ணயித்தல் மற்றும் தொடர்ந்து கற்றல் மற்றும் வளர்வதன் மூலம் உங்கள் வாழ்க்கையின் அனைத்து பகுதிகளிலும் வெற்றியை அடையலாம் மற்றும் நிறைவான மற்றும் அர்த்தமுள்ள வாழ்க்கையை வாழலாம்.

உடற்பயிற்சி, ஊட்டச்சத்து, மன அழுத்த மேலாண்மை, தூக்க சுகாதாரம் மற்றும் சமூக இணைப்புகள் உள்ளிட்ட வாழ்க்கை முறை நிர்வாகத்தின் பல்வேறு அம்சங்கள் உள்ளன. இந்த ஒவ்வொரு பகுதியிலும் கவனம் செலுத்தி, அங்கு மேம்பாடுகளைச் செய்வதன் மூலம், தனிநபர்கள் நாள்பட்ட நோய்களை உருவாக்கும் அபாயத்தைக் குறைக்கலாம் மற்றும் அவர்களின் ஒட்டுமொத்த வாழ்க்கைத் தரத்தை மேம்படுத்தலாம்.

உடற்பயிற்சி என்பது வாழ்க்கை முறை மேலாண்மையின் இன்றியமையாத அங்கமாகும். வழக்கமான உடல் செயல்பாடு ஆரோக்கியமான எடையை பராமரிக்கவும், இதய நோய் மற்றும் நீரிழிவு போன்ற நாள்பட்ட நோய்களின் அபாயத்தைக் குறைக்கவும், மன ஆரோக்கியத்தை மேம்படுத்தவும் உதவும். உடற்பயிற்சி தூக்கத்தின் தரத்தை மேம்படுத்தவும் மன அழுத்தத்தை குறைக்கவும் உதவுகிறது.

வாழ்க்கை முறை நிர்வாகத்தின் மற்றொரு முக்கிய அம்சம் ஊட்டச்சத்து. பழங்கள், காய்கறிகள், முழு தானியங்கள்,

மெலிந்த புரதம் மற்றும் ஆரோக்கியமான கொழுப்புகள் போன்ற முழு உணவுகள் அடங்கிய ஆரோக்கியமான உணவு

நாள்பட்ட நோய்களின் அபாயத்தைக் குறைக்கவும் ஒட்டுமொத்த ஆரோக்கியத்தை மேம்படுத்தவும் உதவும். பதப்படுத்தப்பட்ட உணவுகள், சர்க்கரை பானங்கள் மற்றும் ஆரோக்கியமற்ற கொழுப்புகளை உட்கொள்வதைக் குறைப்பதன் மூலம், தனிநபர்கள் தங்கள் ஆரோக்கியத்தையும் நல்வாழ்வையும் மேம்படுத்தலாம்.

மன அழுத்த மேலாண்மை என்பது வாழ்க்கை முறை நிர்வாகத்தின் மற்றொரு முக்கிய அங்கமாகும். நாள்பட்ட மன அழுத்தம், பதட்டம் உள்ளிட்ட பல்வேறு உடல் மற்றும் மனநலப் பிரச்சினைகளுக்கு வழிவகுக்கும். மன அழுத்தம்,

மற்றும் இதய நோய். மன அழுத்தத்தை நிர்வகிப்பதற்கான வழிகளைக் கண்டுபிடிப்பது முக்கியம், அதாவது நினைவாற்றல், யோகா அல்லது தியானம் போன்றவற்றைப் பயிற்சி செய்வதன் மூலம், தளர்வை ஊக்குவிக்கவும் மன அழுத்த அளவைக் குறைக்கும்.

நல்ல ஆரோக்கியத்தை பராமரிக்க தூக்க சுகாதாரமும் முக்கியமானது. தூக்கமின்மை உடல் பருமன், நீரிழிவு மற்றும் இதய நோய் உள்ளிட்ட பல்வேறு உடல்நலப் பிரச்சினைகளுக்கு வழிவகுக்கும். நல்ல தூக்க சுகாதாரம் என்பது வழக்கமான தூக்க அட்டவணையை அமைப்பது,

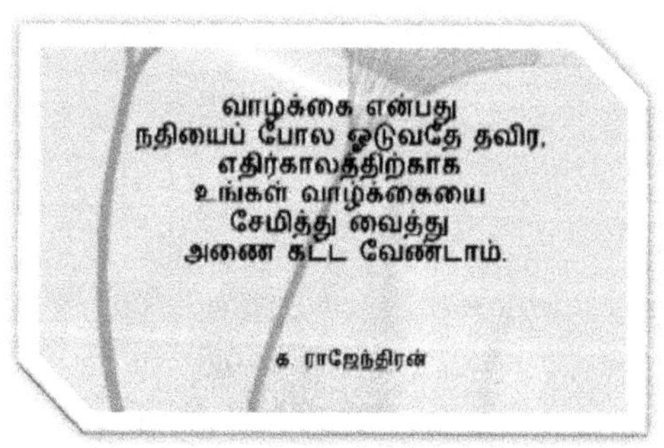

நிம்மதியான தூக்க சூழலை உருவாக்குதல் மற்றும் படுக்கைக்கு முன் திரைகள் மற்றும் பிற தூண்டுதல் செயல்களைத் தவிர்ப்பது ஆகியவை அடங்கும்.

இறுதியாக, சமூக இணைப்புகள் வாழ்க்கை முறை நிர்வாகத்தின் இன்றியமையாத அம்சமாகும். மனிதர்கள் சமூக

உயிரினங்கள், நல்ல மன ஆரோக்கியத்தை பராமரிக்க சமூக தொடர்புகள் அவசியம். நேர்மறையான சமூக தொடர்புகளை உருவாக்குவதன் மூலம், தனிநபர்கள் மன அழுத்தத்தை குறைக்கலாம், ஒட்டுமொத்த மகிழ்ச்சியை மேம்படுத்தலாம் மற்றும் நல்ல மன ஆரோக்கியத்தை பராமரிக்கலாம்.

ஒருவரின் சொந்த வாழ்க்கை

வாழ்க்கையின் நோக்கம் என்பது ஆழமான தனிப்பட்ட மற்றும் அகநிலைக் கேள்வியாகும், அதை வெவ்வேறு கண்ணோட்டங்களில் அணுகலாம். நாம் பொருள், மகிழ்ச்சி, சேவை, ஆன்மீக ஞானம் ஆகியவற்றை தேடுகிறோமா என்று உங்கள் உணர்வுகளை ஆராயுங்கள்: நீங்கள் எதைப் பற்றி ஆர்வமாக இருக்கிறீர்கள், எது உங்களுக்கு மகிழ்ச்சியையும் நிறைவையும் தருகிறது என்பதைப் பற்றி சிந்தியுங்கள். உங்கள் பொழுதுபோக்குகள், ஆர்வங்கள் மற்றும் உங்களை உற்சாகப்படுத்தும் மற்றும் உங்களை உயிருடன் உணரவைக்கும் செயல்பாடுகளைக் கவனியுங்கள்.

உங்கள் பலத்தை அடையாளம் காணுங்கள். உங்கள் தனிப்பட்ட பலம், திறமைகள் மற்றும் திறன்களைக் கருத்தில் கொள்ளுங்கள். நீங்கள் எதில் சிறந்தவர், மற்றவர்கள் உங்களை எதில் அடிக்கடி பாராட்டுகிறார்கள்?

உங்கள் வாழ்க்கை அனுபவங்களைக் கவனியுங்கள்: உங்கள் கடந்தகால அனுபவங்கள், நேர்மறை மற்றும் எதிர்மறை

இரண்டும், உங்கள் வாழ்க்கை இலக்குகளைப் பற்றிய மதிப்புமிக்க நுண்ணறிவுகளை வழங்க முடியும். உங்கள் கடந்தகால அனுபவங்கள் உங்கள் மதிப்புகள், உணர்வுகள் மற்றும் பலங்களை எவ்வாறு வடிவமைத்துள்ளன என்பதைக் கவனியுங்கள்.

இலக்குகளை அமைத்து நடவடிக்கை எடுங்கள்: உங்கள் வாழ்க்கையின் நோக்கத்தை நீங்கள் கண்டறிந்தவுடன், குறிப்பிட்ட இலக்குகளை அமைத்து அவற்றை அடைய நடவடிக்கை எடுக்கவும். உங்கள் இலக்குகளை சிறிய, நிர்வகிக்கக்கூடிய படிகளாக வடிவமைத்து அவற்றை நோக்கி நிலையான நடவடிக்கை எடுங்கள். உங்கள் எதிர்காலத்தை

உங்கள் எதிர்காலத்திலிருந்து உருவாக்குங்கள், உங்கள் கடந்த காலத்திலிருந்து அல்ல.

பயணத்தை அனுபவியுங்கள் உங்கள் வாழ்க்கையின் நோக்கத்தைக் கண்டறிவது ஒரு பயணம், அதற்கு நேரமும் பொறுமையும் தேவைப்படலாம். செயல்முறையைத் தழுவுங்கள், புதிய அனுபவங்களுக்குத் திறந்திருங்கள் மற்றும் உங்கள் இலக்குகளில் உறுதியாக இருங்கள்.

ஒருவரின் சொந்த வாழ்க்கை நோக்கத்தைக் கண்டறிவது என்பது ஒரு தனிப்பட்ட மற்றும் தனிப்பட்ட பயணமாகும், அதற்கு சுய பிரதிபலிப்பு, ஆய்வு மற்றும் செயல் தேவைப்படுகிறது. உங்கள் மதிப்புகளைப் பிரதிபலிப்பதன் மூலம், உங்கள் உணர்வுகளை ஆராய்வதன் மூலம், உங்கள் பலத்தை அடையாளம் கண்டு, உங்கள் வாழ்க்கை அனுபவங்களைக் கருத்தில் கொண்டு, இலக்குகளை நிர்ணயித்து, நடவடிக்கை எடுப்பதன் மூலம், நிறைவான மற்றும் அர்த்தமுள்ள வாழ்க்கையை வாழலாம்.

"வாழ்க்கையே ஒரு பாக்கியம், ஆனால்

வாழ்க்கையை முழுவதுமாக வாழ்வது என்பது

உங்கள் விருப்பத்தேர்வு."

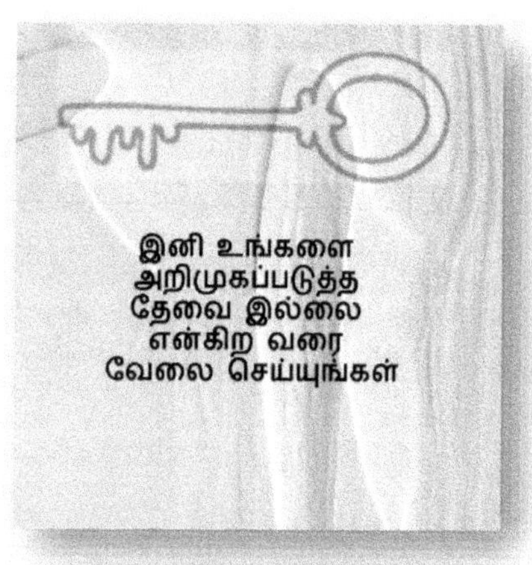

எளிமையாக வாழ்வது பெரிய சிந்தனை

பொருள் செல்வம் மற்றும் வெளிப்புற வெற்றியை அடிக்கடி மதிக்கும் உலகில், வாழ்க்கையில் உண்மையிலேயே முக்கியமானது என்ன என்பதை எளிதில் இழக்க நேரிடும். பெரிய இலக்குகளை அடைவதும், லட்சிய கனவுகளைப் பின்தொடர்வதும் முக்கியமானதாக இருக்கும்போது, எளிமையான மற்றும் நிறைவான வாழ்க்கையை வாழ்வதும் முக்கியம். பெரிதாகச் சிந்தித்து எளிமையாக வாழ்வதன் மூலம், அர்த்தமுள்ள மற்றும் திருப்திகரமான வாழ்க்கையை உருவாக்க முடியும்.

பெரியதாக நினைப்பதும் எளிமையாக வாழ்வதும் கைகூடும். நாம் பெரிய இலக்குகள் மற்றும் லட்சிய கனவுகளைத் தொடரும்போது, நம் மதிப்புகள் மற்றும் முன்னுரிமைகள் குறித்தும் நாம் கவனத்தில் கொள்ள வேண்டும். வாழ்க்கையில் உண்மையிலேயே முக்கியமானது என்ன, அந்த மதிப்புகளுடன் நமது இலக்குகள் எவ்வாறு ஒத்துப்போகின்றன என்பதை நம்மை நாமே கேட்டுக்கொள்ள வேண்டும். எளிமையாக வாழ்வதன் மூலம், நமது இலக்குகளை நோக்கத்துடனும் தொடர தேவையான இடத்தையும் தெளிவையும் உருவாக்க முடியும்.

புத்திசாலித்தனமாக பணத்தை நிர்வகிப்பது என்பது உங்களின் நிதி ஆதாரங்களை அதிகம் பயன்படுத்துவதற்கான உத்திகள் மற்றும் நடைமுறைகளை உருவாக்குவதை உள்ளடக்குகிறது. நிதி இலக்குகளை நிர்ணயித்தல், பட்ஜெட்டை உருவாக்குதல்

நீங்கள் எதைச் செய்ய வேண்டும் என்று நினைக்கிறீர்களோ அதைச் செய்யுங்கள், பணம் வரும். ஸ்மார்ட் பண நிர்வாகத்தின் சில முக்கிய கூறுகள் இங்கே:

> மாற்றங்கள் தான் வாழ்க்கை,
> மாற்றம் இல்லை என்றால்
> அதன் நிலை மரணம்.

நிதி இலக்குகளை அமைக்கவும்: உங்கள் குறுகிய கால மற்றும் நீண்ட கால நிதி இலக்குகளை நிர்ணயம் செய்து அவற்றை அடைவதற்கான திட்டத்தை உருவாக்கவும்.

உங்கள் வருமானம் மற்றும் செலவுகளைக் கோடிட்டுக் காட்டும் பட்ஜெட்டை உருவாக்கவும், மேலும் உங்கள் நிதி இலக்குகளை தொடர்ந்து கண்காணிக்கவும் உதவும்.

உங்கள் செலவுகளைக் கண்காணித்து, அவற்றைத் தொடர்ந்து மதிப்பாய்வு செய்து, நீங்கள் குறைக்கக்கூடிய மற்றும் பணத்தைச் சேமிக்கக்கூடிய பகுதிகளைக் கண்டறியவும்.

எல்லாவற்றிலும் சிக்கனம் என்ற பெயரில் செலவழிப்பதை தவிர்ப்பதைவிட செலவுகளை சமாளிக்க அதிகம் சம்பாதிக்கும் திறனை அதிகரிக்க வேண்டும்.

கடனை நிர்வகித்தல்: கடனை அடைப்பதற்கு ஒரு திட்டத்தை உருவாக்கவும், புதிய கடனை எடுப்பதை தவிர்க்கவும், ஏற்கனவே உள்ள கடனை பொறுப்புடன் நிர்வகிக்கவும்.

அவசரநிலைக்கு சேமிக்கவும்: அவசர நிதியை உருவாக்கவும் எதிர்பாராத செலவுகளை ஈடுகட்டுவதற்கும், கிரெடிட் கார்டுகள் அல்லது பிற வகையான கடன்களைத் தவிர்க்கவும்.

எதிர்காலத்திற்காக முதலீடு செய்யுங்கள்: உங்கள் செல்வத்தை பெருக்கவும், உங்கள் நிதி இலக்குகளை அடையவும் நீண்ட காலத்திற்கு முதலீடு செய்யத் தொடங்குங்கள்.

பொறுப்பான செலவினங்களைப் பழகுங்கள்: அதிகச் செலவு செய்வதைத் தவிர்க்கவும், நீங்கள் வாங்கும் வரை கொள்முதல் செய்ய சில காலம் காத்திருப்பது போன்ற பொறுப்பான செலவினப் பழக்கங்களைப் பயிற்சி செய்யவும்.

நிதி நிலைத்தன்மை மற்றும் நீண்ட கால செல்வத்தை அடைவதற்கு புத்திசாலித்தனமான நிதி முடிவுகளை எடுப்பதன் மூலமும், நல்ல பணப் பழக்கத்தை வளர்ப்பதன் மூலமும், உங்கள் நிதி நிலைமையை மேம்படுத்தி, உங்கள் நிதி இலக்குகளை அடையலாம்.

பேச்சுவார்த்தைகள் மற்றும் ஒட்டுமொத்த தொழில் திருப்தி. புத்திசாலித்தனமான பண மேலாண்மை உங்களுக்கு செல்வத்தை கட்டியெழுப்பவும் உங்கள் தொழில் தேர்வுகளில் அதிக நெகிழ்வுத்தன்மையை உருவாக்கவும் உதவும்.

பணமும் உறவுகளில் ஒரு காரணியாக இருக்கலாம், ஏனெனில் நிதி அழுத்தம் பதற்றம் மற்றும் மோதலை ஏற்படுத்தும். பணத்தை திறம்பட நிர்வகிப்பதன் மூலம், நீங்கள் நிதி அழுத்தத்தை குறைக்கலாம் மற்றும் அன்புக்குரியவர்களுடன் வலுவான உறவுகளை உருவாக்கலாம்.

நிதி அழுத்தம் மன மற்றும் உடல் நலனையும் பாதிக்கும். பணத்தை திறம்பட நிர்வகித்தல் மற்றும் நிதி அழுத்தத்தை குறைப்பதன் மூலம், உங்கள் ஒட்டுமொத்த ஆரோக்கியத்தையும் நல்வாழ்வையும் மேம்படுத்தலாம்.

ஒரு நல்ல வாழ்க்கையின் கருத்து அகநிலை மற்றும் தனிப்பட்ட மதிப்புகள் மற்றும் நம்பிக்கைகளைப் பொறுத்து நபருக்கு நபர் மாறுபடும். இருப்பினும், ஒரு நல்ல வாழ்க்கையைப் பின்தொடர்வதில் மக்களுக்கு வழிகாட்டக்கூடிய சில பொதுவான கொள்கைகள் உள்ளன.

வாழ்க்கையில் நோக்கம் அல்லது அர்த்தத்தின் உணர்வைக் கொண்டிருப்பது, இது தனிப்பட்ட குறிக்கோள்கள் மற்றும் ஆர்வங்களைப் பின்தொடர்வதன் மூலம் அல்லது தன்னை விட பெரியவற்றிற்கு பங்களிப்பதன் மூலம் வரலாம்.

மற்றொரு முக்கியமான அம்சம் குடும்பம், நண்பர்கள் மற்றும் சமூகத்துடன் உறவுகளை நிறைவேற்றுவது, சமூக தொடர்புகள் மற்றும் ஆதரவு ஒருவரின் நல்வாழ்வை பெரிதும் மேம்படுத்தும்.

வழக்கமான உடற்பயிற்சி, சத்தான உணவு மற்றும் போதுமான தூக்கம் ஆகியவற்றின் மூலம் ஆரோக்கியமான வாழ்க்கை முறையை வாழ்வது ஒரு நல்ல வாழ்க்கைக்கு முக்கியமானது, ஏனெனில் உடல் மற்றும் மன ஆரோக்கியம் நெருக்கமாக

இணைக்கப்பட்டுள்ளது. கூடுதலாக, மன அழுத்தத்தை நிர்வகித்தல் மற்றும் நன்றியுணர்வு மற்றும் மகிழ்ச்சி போன்ற நேர்மறை உணர்ச்சிகளை வளர்ப்பது ஒட்டுமொத்தமாக மேம்படுத்தலாம்

நல்வாழ்வு மற்றும் மகிழ்ச்சி. உங்களுக்குள் இருக்கும் மௌனத்துடன் தொடர்பு கொள்ளுங்கள், வாழ்வின் ஒவ்வொரு செயலுக்கும் ஒரு குறிப்பிட்ட நோக்கம் இருக்கும்.

நம் வாழ்வின் மூன்று நியாயமற்ற உரிச்சொற்கள் "நேரமின்மை," "கடின உழைப்பு", "அவசரம்".

நேரமின்மை யாரும் எப்போதும் நேரமின்மையுடன் "மிகவும் பிஸியாக" இருப்பதில்லை, அவர்கள் ஆர்வமாக இருந்தால், அவர்கள் நேரம் ஒதுக்குவார்கள். இது "நேரம்" பற்றியது அல்ல. இது நேரத்தை ஒதுக்குவது பற்றியது. நேரமின்மை என்பது அவரது நேரமேலான்மையின் குறைபபாட்டை சொல்லுகிறது.

நேரமின்மை என்று சொல்லுவது பெருமைக்குரியதல்ல மாறாக இகழுக்குரியது. மக்கள் தங்களுக்கு மிகவும் முக்கியமான விஷயங்களுக்கு நேரம் ஒதுக்குகிறார்கள்! ஒரு நபர் எவ்வளவு பிஸியாக இருந்தாலும், அவர் உண்மையிலேயே அக்கறை காட்டினால், அவர் எப்போதும் உங்களுக்காக நேரத்தைக் கண்டுபிடிப்பார்.

அவசரம்: அவசரமான வார்த்தை பெரும்பாலும் நமது தாமதமான செயலுக்கு மாற்றாக இருக்கும். பொதுவாக, நாம் செய்யும் அனைத்து வேலைகளையும் சரியான நேரத்தில் முடித்தால் "அவசரம்" என்ற வார்த்தைக்கு அர்த்தம் இருக்காது. நாம் எதையும் சற்று முன்னதாகவே தொடங்கினால், அவசரப் பிரச்சினையைப் பற்றிய தேவையற்ற பதட்டம் அர்த்தமற்றதாகிவிடும். ஒட்டுமொத்தமாக, ஒருவரின் தாமதம் மற்றொரு நபரின் அவசரப் பிரச்சினையாக மாறும். இயற்கைப் பேரிடர்கள் மற்றும் விரும்பத்தகாத நிகழ்வுகள் போன்ற அழைக்கப்படாத பிரச்சனைகளைத் தவிர்த்து, நமது பொறுப்புகள் அனைத்தையும் சரியான நேரத்தில் அகற்றுவதன் மூலம் "அவசரம்" என்ற வார்த்தையைத் தவிர்க்கலாம்.

கடின உழைப்பு: "கடினமாக உழைத்தல்" என்பதன் பொருள் கேள்விக்குள்ளாக்கப்படுகிறது, ஏனெனில் வேலை ஒரு மகிழ்ச்சியான மற்றும் நிதானமான அனுபவமாக பார்க்கப்பட வேண்டும். நீங்கள் கடினமாக உழைக்கும் உணர்வைப் பெறும்போது, நீங்கள் பொருத்தமானவர் அல்ல என்பதைக் குறிக்கிறது

வேலைக்காக, மற்றவர்கள் கடினமாக உணராமல், மகிழ்ச்சியுடன் வேலையைச் செய்வதற்கு ஏற்றவர்களாக இருக்கலாம்.

ஆர்வத்துடன் செய்யும் வேலை விதிவிலக்கான பலனைத் தருகிறது, அதேசமயம் பணத்திற்காகச் செய்யப்படும் வேலை சிறப்பாக இருப்பது இல்லை. காலத்தின் தேவை "புத்திசாலித்தனமாக வேலை செய்வது" மற்றும் "அயராது உழைத்தல்", "விரிவான அனுபவம்" மற்றும் "நீண்ட மணிநேரம் வேலை செய்தல்" போன்ற பாரம்பரிய சொற்கள் வழக்கற்றுப் போன உண்மைகளாகி வருகின்றன. இன்றைய தேவை

"ஸ்ட்ரீட் ஸ்மார்ட்" ஆகும், அதாவது குறைந்தபட்ச ஆதாரங்களுடன் சரியான நேரத்தில் சிறந்த முடிவைப் பெறுவது.

தேவையான திறன்களை ஒருங்கிணைத்து, தேவையான புறநிலையை அடைய அவற்றைத் தனிப்பயனாக்குவது. சக்கரத்தை மீண்டும் கண்டுபிடிப்பது அல்ல, தற்போதுள்ள சக்கரத்தை மேம்படுத்தி தேவையான பலனை அடைவதே இன்றைய வேலை முறை.

எளிதான, அமைதியான வாழ்க்கையைத் தழுவுவதன் மூலம், தனிநபர்கள் தங்கள் ஒட்டுமொத்த நல்வாழ்வையும் வாழ்க்கைத் தரத்தையும் மேம்படுத்த முடியும். இது உண்மையிலேயே முக்கியமானவற்றில் கவனம் செலுத்தவும், மன அழுத்தம் மற்றும் பதட்டத்தைக் குறைக்கவும், அவர்களின் அன்றாட வாழ்க்கையில் நன்றியுணர்வு மற்றும் மனநிறைவு உணர்வை வளர்க்கவும் அனுமதிக்கிறது.

பயணம் மற்றும் எளிமை

பயணம் மற்றும் எளிமை என்பது பயணத்தை மன அழுத்தம் இல்லாததாகவும் முடிந்தவரை சுவாரஸ்யமாகவும் மாற்றும் யோசனையைக் குறிக்கிறது. முன்கூட்டியே திட்டமிடுதல்,

மற்றும் ஒருவரின் சொந்த தேவைகள் மற்றும் வரம்புகளை கவனத்தில் கொள்ளுதல் இதில் அடங்கும். குறைக்கும் நடவடிக்கைகள் எடுப்பதன் மூலம் பயணத்தின் அழுத்தம், புதிய இடங்களை ஆராயும் அனுபவத்தை நாம் முழுமையாக அனுபவிக்க முடியும்.

பயணம் என்பது உங்கள் இலக்கை அடைவது மட்டுமல்ல. நீங்கள் அதைக் கருத்தில் கொண்டு, உங்கள் உடைமைகளை மூட்டை கட்டி, உங்கள் வீட்டை விட்டுச் செல்லும் தருணத்தில் இருந்து பயணம் தொடங்குகிறது.

பயணம் வீட்டிலிருந்து தொடங்கி நீங்கள் வீடு திரும்பும்போது முடிவடையும். ஒரு நல்ல பயணம் என்பது துல்லியமாக திட்டமிடப்பட்ட ஒன்றல்ல. பயணம் ஒரு புள்ளியில் இருந்து மற்றொரு இடத்திற்கு நகரும் போது, வழியில் ஏதேனும் வளைவு, அல்லது திருப்பம் ஆகியவற்றை எடுத்துக்கொண்டு அதன் சொந்த பாதையில் செல்கிறது. பயணத்திற்கு ஒரு நெகிழ்வான அட்டவணை மற்றும் தேவையன வசதிகளுடன் முன்கூட்டியே திட்டமிட வேண்டும், ஆனால் அது ஒருபோதும் கடினமாக இருக்கக்கூடாது. பயனம் ஒரு இடத்தில் இருந்து மற்ற இடத்துக்கு நேராக சென்றால் அது அலுவலக அதிகாரப்பூர்வ பயணமாக கருதப்படலாம். நீங்கள் ஒரு மனிதர் என்பதால் நீங்கள் உங்களின் சொந்த பயண வழிகாட்டியாக இருக்கிறீர்கள், மேலும் மற்றவர்கள் புறக்கணித்த சில விஷயங்களை நீங்கள் விரும்பலாம்.

உணவு, போக்குவரத்து முறை, தங்கும் வசதிகள் போன்ற சகல வசதிகளிலும் அதிகபட்ச நெகிழ்வுத்தன்மையுடன்

உங்கள் பயணத்தை எளிதாக்குங்கள். நீங்கள் பாலைவனத்திற்கு செல்வது பொல அதிகமான பொருட்களைக் கொண்டு செல்ல வேண்டாம். உங்கள் பயணத்தில் எதையும் ஏற்றுக்கொள்ள அல்லது மாற்ற நீங்கள் திறந்த மனதுடன் பயணம் செய்யுங்கள், விடுபட்ட விமானங்கள் போன்றவற்றை, விமான நிலையங்களில் சுவாரஸ்யமாகவும் அனுபவமாக மாற்றுங்கள். நீங்கள் விரும்பியபடி பயணம் செய்து, நிதானமாகச் செல்ல ஒரு

இடத்தைத் தேர்ந்தெடுக்கவும். அங்கு உகந்த இடங்களைச் சுற்றி நடந்து அங்குள்ள மக்களை ஈடுபடுத்தி உறையாடி, அவர்களின் கலாச்சாரம், உணவு, நடனம் போன்ற அனைத்தையும் அனுபவிக்கவும். உள்ளூர்வாசியாகப் பயணம் செய்து நாட்டின் சிறந்த உணர்வைப் பெறுங்கள். எவ்வாறாயினும், நம்மில் பலர் விமானத்தில் சென்று ஒரு தங்கும் விடுதியை அடைந்து, பின்னர் அனைத்து சுற்றுலா தலங்களுக்கும் காரில் சென்று சில புகைப்படங்கள் எடுத்து "சுற்றுலா வேலைகள் அல்லது கடமைகள்" போன்ற அனைத்து சம்பிரதாயங்களையும் முடிப்பதாகும், அது போல செய்ய வேண்டிய வேலையல்ல;

பயணம் என்பது ஒரு மகிழ்ச்சியான மற்றும் இனிமையான அனுபவம்.

உங்கள் இலக்கை முன்கூட்டியே ஆராய்தல், அத்தியாவசிய பொருட்களை மட்டும் கொண்டு வருதல், உங்கள் பயண ஆவணங்கள் மற்றும் பயணத்திட்டத்தை ஒழுங்கமைத்தல் மற்றும் தேவைப்படும்போது ஓய்வெடுக்கவும், பயணத்தில் இருந்து விலகக்கூடிய கவனச்சிதறல்கள் மற்றும் மன

அழுத்தங்கள் இல்லாமல், பயண அனுபவத்தை முழுமையாக அனுபவிக்கவெண்டும். இந்த கருத்தை ஏற்றுக்கொள்வதன் மூலம், நமது பயணங்களை மிகச் சிறப்பாகப் பயன்படுத்தி, வாழ்நாள் முழுவதும் நீடிக்கும் நினைவுகளை உருவாக்க முடியும்.

பயனம் புதிய கலாச்சாரங்களை அனுபவிப்பதற்கும், புதிய மக்களைச் சந்திப்பதற்கும், உலகத்தைப் பற்றிய பார்வையை விரிவுபடுத்துவதற்கும் ஒரு வழியாகும். இன்றைய பயணமானது மனித வாழ்வின் இன்றியமையாத பகுதியாக மாறியுள்ளது, மக்கள் புதிய இடங்களை ஆராயவும், பல்வேறு கலாச்சாரங்களைப் பற்றி அறிந்து கொள்ளவும், அவர்களின் மன எல்லைகளை விரிவுபடுத்தவும் அனுமதிக்கிறது. பயணம் என்பது செல்வந்தர்களுக்கு ஒதுக்கப்பட்ட ஆடம்பரம் அல்ல; மாறாக, இது மிகவும் அணுகக்கூடியதாகவும் மலிவு விலையாகவும் மாறியுள்ளது, போக்குவரத்து, தொழில்நுட்பம் மற்றும் சுற்றுலா உள்கட்டமைப்பில் நல்ல முன்னேற்றம் அடைந்து உள்ளது.

பயணம் மனிதர்களுக்கு தனித்தனியாகவும் சமூகமாகவும் பல நன்மைகளை வழங்குகிறது. இது மன அழுத்தத்தைக் குறைக்கவும், மன ஆரோக்கியத்தை மேம்படுத்தவும், தனிப்பட்ட வளர்ச்சி மற்றும் சுய-கண்டுபிடிப்பை வளர்க்கவும் உதவும். இது கலாச்சார பரிமாற்றத்திற்கான வாய்ப்புகளை வழங்குகிறது, மேலும் பலதரப்பட்ட மற்றும் சகிப்புத்தன்மை கொண்ட உலகத்தை உருவாக்குகிறது. கூடுதலாக,

வணிகங்களுக்கு வருவாயை உருவாக்குவதன் மூலமும் பொருளாதார வளர்ச்சியைத் தூண்டுகிறது.

கோவிட்-19 தொற்றுநோயைத் தொடர்ந்து, மக்கள் இயல்பு நிலைக்குத் திரும்பவும், புதிய இடங்களை மீண்டும் ஆராயுவும் சுதந்திரமாக, பயணம் செய்வதற்கான முக்கியத்துவத்தைப் பெற்றுள்ளது. பாதுகாப்புக் கவலைகள் மற்றும் பயணக் கட்டுப்பாடுகள் தொழில்துறையில் தொடர்ந்து

புறநானூறு

யாதும் ஊரே; யாவரும் கேளிர்;

தீதும் நன்றும் பிறர் தர வாரா;

நோதலும் தணிதலும் அவற்றோரன்ன;

பெரியோரை வியத்தலும் இலமே;

சிறியோரை இகழ்தல் அதனினும் இலமே.

கணியன் பூங்குன்றனார்.

தாக்கத்தை ஏற்படுத்தும் அதே வேளையில், வரும் ஆண்டுகளில் பயணம் மீண்டும் புதிய வேகத்துடன் பயணிக்கும்.

ஒட்டுமொத்தமாக, இன்றைய பயணம் என்பது மனித வாழ்க்கையின் ஒரு முக்கிய அம்சமாகும், இது மற்றவர்களுடன் தொடர்பு கொள்ளவும், வெவ்வேறு கண்ணோட்டங்களிலிருந்து கற்றுக்கொள்ளவும், உலகத்தைப் பற்றிய நமது புரிதலை விரிவுபடுத்தவும் அனுமதிக்கிறது. புதிய காட்சிகள், ஒலிகள் மற்றும் ஆராய்வதற்கான கலாச்சாரங்கள் ஆகியவற்றால் நிரப்பப்பட்ட ஒரு உற்சாகமான அனுபவமாக பயணம் செய்யலாம்.

நண்பர்கள் மற்றும் குடும்பத்தினருடன் மற்றும் வெவ்வேறு நபர்களுடன் புதிய உறவுகளை உருவாக்குவதற்கும் ஏற்கனவே உள்ள உறவுகளை வலுப்படுத்துவதற்கும் பயணம் வாய்ப்புகளை வழங்குகிறதது. பயணம் புதிய யோசனைகள், அனுபவங்கள் மற்றும் சூழல்களுக்கு நபர்களை வெளிப்படுத்துவதன் மூலம் படைப்பாற்றலை ஊக்குவிக்கும். புதிய திறன்களைக் கற்றுக்கொள்வது மற்றும் புதிய அனுபவங்களைப் பெறுதல் உள்ளிட்ட தொழில்முறை வளர்ச்சி மற்றும் மேம்பாட்டிற்கான வாய்ப்புகளை பயணம் வழங்குகிறது.

பயணங்களின் போது செய்ய வேண்டியவை மற்றும் செய்யக்கூடாதவை

செய்ய வேண்டியவை:

முன்கூட்டியே திட்டமிடுங்கள்: உங்கள் இலக்கை ஆராய்ந்து, போக்குவரத்து, தங்குமிடங்கள் மற்றும் செயல்பாடுகள் உட்பட உங்கள் பயணத்திற்கான திட்டத்தை உருவாக்கவும்.

சரியான பயனப்பையை தேர்ந்து எடுங்கள். உங்கள் பயணத்திற்குத் தேவையான ஆடைகள், மற்றும் உங்களுக்குத் தேவைப்படும் மருந்துகள் உட்பட மிகத் தேவையான பொருட்களைக் வைத்து கொள்ளுங்கள்.

உள்ளூர் பழக்கவழக்கங்கள் மற்றும் கலாச்சாரத்தை மதிக்க வேண்டும். நீங்கள் சேருமிடத்தின் கலாச்சாரம் மற்றும் பழக்கவழக்கங்களைப் பற்றி முன்கூட்டியே அறிந்து, அவற்றை மதிக்கவும்.

முதலுதவி நிவாரணிகள் மற்றும் கிருமி நாசினிகள் போன்ற அத்தியாவசிய பொருட்களுடன் கூடிய அடிப்படை முதலுதவிகளை வைத்துக் கொள்ளுங்கள்.

முக்கியமான ஆவணங்களை பாதுகாப்பாக வைத்துக் கொள்ளுங்கள். உங்கள் பாஸ்போர்ட், டிக்கெட்டுகள் மற்றும் பிற முக்கிய ஆவணங்களை பாதுகாப்பான மற்றும் மின் அஞ்சலில் வைக்கவும்.

திறந்த மனதுடன் இருங்கள், புதிய அனுபவங்களுக்குத் திறந்திருங்கள் மற்றும் பயணத்தின் போது புதிய விஷயங்களை முயற்சிக்கவும்.

உங்கள் சுற்றுப்புறத்தைப் பற்றி எச்சரிக்கையாக இருங்கள்; குறிப்பாக அறிமுகமில்லாத அல்லது நெரிசலான பகுதிகளில் விழிப்புடனும் இருங்கள்.

சுற்றுச்சூழலை மதிக்கவும். சுற்றுச்சூழலில் உங்கள் தாக்கத்தை கவனத்தில் கொள்ளுங்கள் மற்றும் உங்களின் மாசு தடம் குறைக்க நடவடிக்கை எடுக்கவும்.

நினைவுகளை உருவாக்கும் புகைப்படங்களை எடுக்கவும், வாழ்நாள் முழுவதும் நீடிக்கும் நினைவுகளை உருவாக்கவும்.

செய்யக்கூடாதவை:

அதிக சாமான்கள் அல்லது தேவையற்ற பொருட்களை கொண்டு பயணிப்பதை தவிர்க்கவும்.

உள்ளூர் கலாச்சாரம் அல்லது பழக்கவழக்கங்களை அறிந்து அவமதிக்கும் நடத்தைகள் அல்லது செயல்களைத் தவிர்க்கவும்.

முன்னெச்சரிக்கைகளை புறக்கணிக்காதீர்கள்; சீட் பெல்ட் அணிவது, ஹெல்மெட் பயன்படுத்துவது அல்லது பாதுகாப்பற்ற பகுதிகளைத் தவிர்ப்பது போன்ற பாதுகாப்பு முன்னெச்சரிக்கைகளைப் பின்பற்றவும்.

முக்கியமான உங்களின் உடமைகளைக் கண்காணித்து, அவற்றைத் தவற விட்டுவிடாமல் பாதுகாப்பாக இருங்கள்.

தொழில்நுட்பத்தை பெரிதும் நம்ப வேண்டாம்; அவசியமான அடிப்படை முறை இருப்பது நல்லது.

உங்கள் கைபேசியில் ஜிபிஎஸ் போன்ற தொழில்நுட்பத்தில் ஒரு இயற்பியல் வரைபடம் அல்லது வழிகாட்டி புத்தகத்தை காப்புப் பிரதி, கடவுச் சீட்டு போன்ற முக்கிய ஆவணங்களின் பிரதிகளும் சேமித்து வைத்து கொள்ளுங்கள்.

உங்கள் திட்டங்களில் மிகவும் கடினமாக இருப்பதைத் தவிர்க்கவும் மற்றும் மாற்றங்கள் அல்லது எதிர்பாராத வாய்ப்புகளுக்குத் திறந்திருங்கள்.

அதிக நம்பிக்கையுடன் எந்தவித அசம்பாவிதமும் இருக்கது என்று. அந்நியர்களைச் பற்றி எச்சரிக்கையாக இருங்கள் மற்றும் ஆபத்தான சூழ்நிலைகளில் உங்களை ஈடுபடுத்துவதைத் தவிர்க்கவும்.

குப்பைகளை கொட்டுவதையோ அல்லது குப்பைகளை விட்டுவிடுவதையோ தவிர்க்கவும், சுற்றுச்சூழலில் உங்கள் செயல்களின் தாக்கத்தை கவனத்தில் கொள்ளவும்.

உங்கள் பயணத்தின் போது நிதி அழுத்தத்தைத் தடுக்க அதிக செலவுகளைத் தவிர்க்கவும் மற்றும் பட்ஜெட்படி செயல்படுங்கள்.

உங்கள் பயணத்தின் நோக்கம் வேடிக்கையாக இருப்பது மற்றும் நினைவுகளை உருவாக்குவது என்பதை நினைவில் கொள்ளுங்கள், எனவே பயணத்தை அனுபவிக்க மறக்காதீர்கள்.

2. வாழ்க்கையை டிஜிட்டல் மயமாக்குதல்

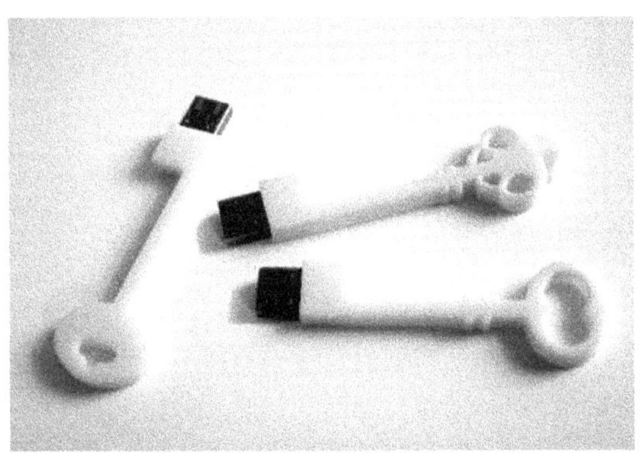

டிஜிட்டல் லைஃப் என்பது தனிநபர்கள் தொழில்நுட்பத்துடன் தொடர்புகொள்வது மற்றும் மற்றவர்களுடன் தொடர்புகொள்வதற்கும், வேலை செய்வதற்கும், பயன்படுத்துவதாகும். மேலும் டிஜிட்டல் கருவிகளைப் பயன்படுத்துவதையும் குறிக்கிறது. டிஜிட்டல் சாதனங்கள் மற்றும் இணையத்தில் அதிகரித்து வரும் டிஜிட்டல் வாழ்க்கை நவீன சமுதாயத்தின் ஒருங்கிணைந்த பகுதியாக மாறியுள்ளது.

ஒரு வெற்றிகரமான டிஜிட்டல் வாழ்க்கையை வாழ, நீங்கள் தொழில்நுட்பத்தைப் பயன்படுத்துவதில் கவனமாகவும் பொறுப்புடனும் இருப்பது முக்கியம், டிஜிட்டல் போக்குகள் மற்றும் மேம்பாடுகள் குறித்து தொடர்ந்து தெரிந்துகொள்வது மற்றும் உங்கள் தனிப்பட்ட தகவல் மற்றும் நல்வாழ்வைப்

பாதுகாக்க நடவடிக்கை எடுப்பது. டிஜிட்டல் வாழ்க்கையின் வாய்ப்புகள் மற்றும் சவால்களைத் தழுவுவதன் மூலம், டிஜிட்டல் யுகத்தில் நிறைவான வாழ்க்கையை உருவாக்க முடியும்.

நேரத்தை வரம்பிடவும்: உங்கள் தொழில்நுட்பத்தைப் பயன்படுத்துவதற்கான எல்லைகளை அமைத்து, திரைகளில் அதிகமாகச் சார்ந்திருப்பதைத் தவிர்க்கவும்.

உங்கள் ஆன்லைன் நடத்தையை கவனத்தில் கொள்ளுங்கள். எதிர்மறையான அல்லது தீங்கு விளைவிக்கும் ஆன்லைன் நடத்தையில் ஈடுபடுவதைத் தவிர்க்கவும், நீங்கள் உட்கொள்ளும் மற்றும் பகிரும் உள்ளடக்கத்தைக் கவனத்தில் கொள்ளுங்கள்.

உங்கள் உடல் மற்றும் மன நலனை கவனித்துக் கொள்ளுங்கள். திரையில் இருந்து ஓய்வு எடுத்து உடல் மற்றும் மன ஆரோக்கியத்தை ஊக்குவிக்கும் செயல்களில் ஈடுபடுவதை உறுதி செய்யவும்.

தொழில்நுட்பம் மற்றும் டிஜிட்டல் தனியுரிமையின் சமீபத்திய முன்னேற்றங்கள் குறித்து தொடர்ந்து அறிந்திருங்கள், மேலும் உங்களையும் உங்கள் அன்புக்குரியவர்களையும் பாதுகாக்க நடவடிக்கை எடுக்கவும்.

நமது விருப்பம் மற்றும் பட்ஜெட்டுக்கு ஏற்ப ஒரு புதிய பாதுகாப்பான, ஆரோக்கியமான மற்றும் மகிழ்ச்சியான வாழ்க்கை முறையை பின்பற்ற அனுமதிக்கும் நன்மையைக்

கொண்டுள்ளது. இப்போது, தகவல்தான் எந்த வெற்றிக்கும் முக்கியமாகும். புதுப்பிக்கப்பட்ட மற்றும் நம்பகமான தகவல்களை ஏற்றுக்கொண்டு பயன்படுத்துவதே காலத்தின் தேவை

நமது சிறந்த வாழ்க்கைக்கு பொருத்தமான தொழில்நுட்பம். நமது தத்தெடுப்பு நிலை மற்றும் பட்ஜெட்டின் அடிப்படையில் நமது அன்றாட வாழ்வில் எந்தத் தொழில்நுட்பத்தை இணைக்க வேண்டும் என்பதைத் தீர்மானிப்பதுதான் உண்மையான சவால். டிஜிட்டல் முறையில் கண்காணிக்கப்படும் வாழ்க்கை முறையை ஏற்றுக்கொள்வது நம் வாழ்க்கையை எளிதாக்கும். அனைத்து தேவையற்ற ஈடுபாடுகள் மற்றும் எல்லாவற்றிற்கும் சரியான தொழில்நுட்பத்துடன் அகற்றப்படலாம்.

டிஜிட்டல் தொழில்நுட்பம்

டிஜிட்டல் தொழில்நுட்பம் சமீபத்திய ஆண்டுகளில் வேகமாக வளர்ச்சியடைந்து, வருகிறது. இந்த தொழில்நுட்பம், தகவல் தொடர்பு, பொழுதுபோக்கு, கல்வி, சுகாதாரம் மற்றும் வணிகம் உள்ளிட்ட நமது வாழ்வின் பல்வேறு அம்சங்களில் குறிப்பிடத்தக்க தாக்கத்தை ஏற்படுத்தியுள்ளது.

டிஜிட்டல் தொழில்நுட்பத்தின் மிக முக்கியமான முன்னேற்றங்களில் ஒன்று செயற்கை நுண்ணறிவின் (AI)

வளர்ச்சியாகும். AI என்பது இயந்திரங்களைக் கற்கவும் புதிய சூழ்நிலைகளுக்கு ஏற்பவும் அனுமதிக்கும் தொழில்நுட்பமாகும். 2025 ஆம் ஆண்டில், AI தொடர்ந்து பல தொழில்களில் புரட்சியை ஏற்படுத்தும் என்று எதிர்பார்க்கப்படுகிறது

சுகாதாரம், போக்குவரத்து மற்றும் நிதி. உதாரணமாக, AI-இயங்கும் சுகாதார அமைப்புகள் மருத்துவர்களுக்கு நோய்களைக் கண்டறியவும், சிகிச்சைத் திட்டங்களைத்

தனிப்பயனாக்கவும் மற்றும் நோயாளிகளை தொலைவிலிருந்து கண்காணிக்கவும் உதவும். AI தொழில்நுட்பத்தை நம்பியிருக்கும் சுய-ஓட்டுநர் கார்களும் மிகவும் பொதுவானதாகி வருகின்றன, இது போக்குவரத்து விபத்துகளைக் குறைக்கவும், போக்குவரத்து செயல்திறனை மேம்படுத்தவும் உதவும்.

இன்டர்நெட் ஆஃப் திங்ஸ் (IoT) என்பது மற்றொரு டிஜிட்டல் தொழில்நுட்பமாகும், இது வரும் ஆண்டுகளில் கணிசமாக வளரும் என்று எதிர்பார்க்கப்படுகிறது. IoT என்பது இணையத்துடன் பல்வேறு சாதனங்களின் இணைப்பைக் குறிக்கிறது, அவை ஒருவருக்கொருவர் தொடர்புகொள்வதற்கும் குறிப்பிட்ட செயல்பாடுகளைச் செய்வதற்கும் அனுமதிக்கிறது. நடப்பு 2024 ஆம் ஆண்டில், வீட்டு ஆட்டோமேஷன், ஆற்றல் மேலாண்மை மற்றும் போக்குவரத்து ஆகியவற்றில் IoT குறிப்பிடத்தக்க பங்கை வகிக்குகிறது. எடுத்துக்காட்டாக, IoT சாதனங்களைக் கொண்ட ஸ்மார்ட் ஹோம்கள், குடியிருப்பாளரின் விருப்பத்தேர்வுகள் மற்றும் நடத்தையின் அடிப்படையில் வெப்பநிலை, விளக்குகள் மற்றும் பாதுகாப்பு அமைப்புகளை தானாகவே சரிசெய்ய முடியும். போக்குவரத்தில், IoT-இயக்கப்பட்ட வாகனங்கள், போக்குவரத்து சிக்னல்கள், இது பாதுகாப்பான மற்றும் திறமையான போக்குவரத்து ஓட்டத்தை செயல்படுத்துகிறது.

2023 ஆம் ஆண்டில் பணியிடத்தில் டிஜிட்டல் தொழில்நுட்பம் குறிப்பிடத்தக்க தாக்கத்தை ஏற்படுத்தியது. தொலைநிலை பணி மற்றும் மெய்நிகர் ஒத்துழைப்பு ஆகியவை தொடர்ந்து பிரபலமடைந்து வரும், வீடியோ கான்பரன்சிங், கிளவுட் கம்ப்யூட்டிங் மற்றும் ஒத்துழைப்பு கருவிகள் போன்ற தொழில்நுட்ப முன்னேற்றங்களால் உந்தப்படும். இந்தத் தொழில்நுட்பங்கள், தொழிலாளர்கள் உலகில் எங்கிருந்தும் சக ஊழியர்களுடன் தொடர்பு கொள்ளவும் ஒத்துழைக்கவும் உதவுகின்றன, இது உற்பத்தித்திறனை அதிகரிப்பதற்கும் செலவுகளைக் குறைப்பதற்கும் வழிவகுக்கிறது.

பொழுதுபோக்குத் துறையும் 2025 இல் குறிப்பிடத்தக்க மாற்றங்களைச் சந்திக்க உள்ளது, இது முன்னேற்றங்களால் உந்தப்படுகிறது. தொழில்நுட்பம் கேமிங் துறையில் புரட்சியை ஏற்படுத்தும் என்று எதிர்பார்க்கப்படுகிறது, இது வீரர்களுக்கு ஆழ்ந்த மற்றும் உய கேமிங் அனுபவங்களை வழங்குகிறது.

செயற்கை நுண்ணறிவு

செயற்கை நுண்ணறிவு (AI) விரைவாக உருவாகி, நம் வாழ்வின் பல அம்சங்களை மாற்றுகிறது, இதில் நாம் வேலை செய்யும் முறை, கற்றுக்கொள்வது மற்றும் தொடர்புகொள்வது ஆகியவை அடங்கும். AI மிகவும் மேம்பட்டதாக இருப்பதால், மனிதர்கள் மற்றும் சமூகத்தின் எதிர்காலத்தில் அதன் சாத்தியமான தாக்கம் குறித்து கவலை அதிகரித்து வருகிறது.

முதன்மையான கவலைகளில் ஒன்று AI மனித வேலைகளை மாற்றுவதற்கான சாத்தியம். AI தொழில்நுட்பம் மிகவும் சிக்கலானதாக மாறும் போது, தரவு பகுப்பாய்வு, வாடிக்கையாளர் சேவை மற்றும் வாகனம் ஓட்டுதல் போன்ற மனிதர்களால் செய்த பணிகளைச் செய்யும் திறன் கொண்டது. இது குறிப்பிடத்தக்க வேலை இடப்பெயர்ச்சிக்கு வழிவகுக்கும், குறிப்பாக கைமுறை உழைப்பு அல்லது மீண்டும் மீண்டும் செய்யும் பணிகளை பெரிதும் நம்பியிருக்கும் தொழில்களில். இருப்பினும், AI ஆனது சில வேலைகளை மாற்றும் ஆற்றலைக் கொண்டிருந்தாலும், அது புதிய வேலைகளை உருவாக்கும் ஆற்றலையும் கொண்டுள்ளது. எடுத்துக்காட்டாக, நிறுவனங்கள் AI தொழில்நுட்பத்தைப் பயன்படுத்துவதால், இந்த அமைப்புகளை உருவாக்க, செயல்படுத்த மற்றும் பராமரிக்கக்கூடிய வல்லுநர்கள் அவர்களுக்குத் தேவைப்படும். கூடுதலாக, தனிப்பயன் தறும் மருந்து, சுய-ஓட்டுநர் கார்கள் மற்றும்

ஸ்மார்ட் ஹோம்கள் போன்ற புதிய தொழில்கள் மற்றும் சந்தைகளை உருவாக்க AI வழிவகுக்கும்.

மற்றொரு கவலை மனித முடிவெடுப்பதில் AI இன் சாத்தியமான தாக்கமாகும். AI அமைப்புகள் மிகவும் மேம்பட்டதாக இருப்பதால், அவை மனிதர்களை விட

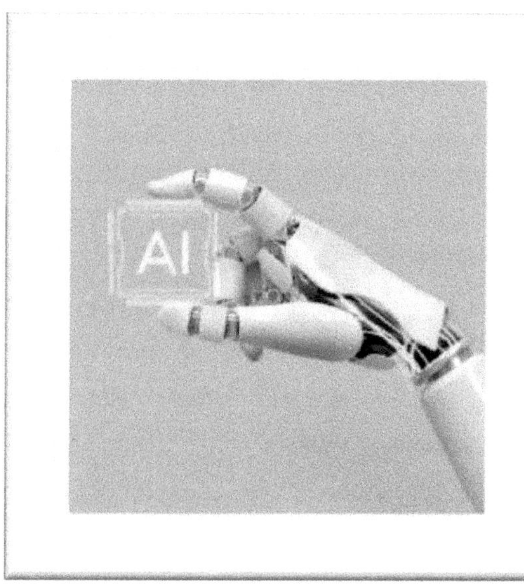

வேகமாகவும் துல்லியமாகவும் முடிவுகளை எடுக்க முடியும். இருப்பினும், AI அமைப்புகள் ஏற்கனவே உள்ள சார்புகளை வலுப்படுத்தலாம் மற்றும் பாகுபாடுகளை நிலைநிறுத்தும் அபாயம் உள்ளது. எனவே, AI அமைப்புகள் நெறிமுறைகள் மற்றும் நேர்மையை மனதில் கொண்டு வடிவமைக்கப்படுவதை உறுதி செய்வது அவசியம், மேலும் தீங்குகளைத் தடுக்க பொருத்தமான நடவடிக்கைகள் உள்ளன.

இந்தக் கவலைகள் இருந்தபோதிலும், AI ஆனது மனித திறன்களை மேம்படுத்துவதற்கும் உலகெங்கிலும் உள்ள

மக்களின் வாழ்க்கைத் தரத்தை மேம்படுத்துவதற்கும் ஆற்றலைக் கொண்டுள்ளது. எடுத்துக்காட்டாக, AI இயங்கும் சுகாதார அமைப்புகள் மருத்துவர்களுக்கு நோய்களை மிகவும் துல்லியமாகக் கண்டறியவும் நோயாளிகளின் தனிப்பட்ட தேவைகளின் அடிப்படையில் சிகிச்சைத் திட்டங்களைத் தனிப்பயனாக்கவும் உதவும். AI இயங்கும் போக்குவரத்து அமைப்புகள் போக்குவரத்து விபத்துக்களை குறைக்கலாம் மற்றும் போக்குவரத்து செயல்திறனை மேம்படுத்தலாம். AI இயங்கும் கல்வி முறைகள் கற்றலைத் தனிப்பயனாக்கலாம் மற்றும் மாணவர்களுக்கு தனிப்பட்ட ஆதரவை வழங்கலாம்.

முடிவில், AI வேகமாக வளர்ந்து வருகிறது, மேலும் இது நம் வாழ்வின் பல அம்சங்களை மாற்றும் ஆற்றலைக் கொண்டுள்ளது. இருப்பினும், தனிநபர்களின் தனியுரிமை, பாதுகாப்பு மற்றும் நல்வாழ்வைப் பாதுகாக்க பொருத்தமான நடவடிக்கைகளுடன், AI உருவாக்கப்பட்டு, நெறிமுறை மற்றும் பொறுப்புடன் பயன்படுத்தப்படுவதை உறுதி செய்வது முக்கியம். AI தொடர்ந்து வளர்ச்சியடைந்து வருவதால், சாத்தியமான நன்மைகள் மற்றும் சாத்தியமான அபாயங்களுக்கு இடையில் சமநிலையைக் கண்டறிவது மற்றும் சமூகத்தின் அனைத்து உறுப்பினர்களுக்கும் பயனளிக்கும் எதிர்காலத்தை வடிவமைக்க ஒன்றிணைந்து செயல்படுவது அவசியம்.

டிஜிட்டல் கண்டுபிடிப்பு

டிஜிட்டல் கண்டுபிடிப்பு மற்றும் தொழில்நுட்பம் பல நன்மைகளைக் கொண்டுள்ளது; அவற்றில் சில குறிப்பிடத்தக்க குறைபாடுகளும் உள்ளன. நாம் தொடர்ந்து புதுமைகளை உருவாக்கி, புதிய தொழில்நுட்பங்களை மேம்படுத்தி வருவதால், இந்தக் குறைபாடுகளைக் கருத்தில் கொண்டு, அவற்றை நிவர்த்தி செய்வதற்கான பணியை மேற்கொள்வது முக்கியம். டிஜிட்டல் தொழில்நுட்பத்தை பொறுப்புடனும் நெறிமுறையுடனும் பயன்படுத்துவதற்கான வழியைக் கண்டறிய வேண்டும், அது அனைவருக்கும் பயனளிக்கிறது மற்றும் தனிநபர்கள், சமூகம் அல்லது சுற்றுச்சூழலுக்கு தீங்கு விளைவிக்காது.

AI மற்றும் டிஜிட்டல் தொழில்நுட்பத்தைப் பயன்படுத்திக் கொள்ள பல வழிகள் உள்ளன. இதோ சில பரிந்துரைகள்:

திரும்பத் திரும்பச் செய்யும் பணிகளைத் தானியங்குபடுத்துங்கள்: AI-இயங்கும் கருவிகள் மற்றும் மென்பொருளைப் பயன்படுத்தி மீண்டும் மீண்டும் செய்யும் பணிகளைத் தானியக்கமாக்குவதற்கான வழிகளைத் தேடுங்கள். இது நேரத்தை மிச்சப்படுத்தவும், உற்பத்தியை அதிகரிக்கவும் உதவும்.

உங்கள் அணுகுமுறையைத் தனித்துவமாக்குங்கள்: வாடிக்கையாளர்கள் அல்லது வாடிக்கையாளர்களுக்கான உங்கள் அணுகுமுறையைத் தனிப்பயனாக்க AI இயங்கும்

கருவிகளைப் பயன்படுத்தவும். தனிப்பட்ட தேவைகளுக்கு ஏற்ப உங்கள் அணுகுமுறையை வடிவமைப்பதன் மூலம், நீங்கள் சிறந்த வாடிக்கையாளர் அனுபவத்தை மற்றும் வலுவான உறவுகளை உருவாக்கலாம்.

தகவல்தொடர்புகளை மேம்படுத்தவும் மற்றும் வாடிக்கையாளர்களுடன் தொடர்புகளை மேம்படுத்த டிஜிட்டல் தொழில்நுட்பத்தைப் பயன்படுத்தவும். வீடியோ கான்பரன்சிங், உடனடி செய்தி அனுப்புதல் மற்றும் மற்ற டிஜிட்டல் கருவிகளுடன் நீங்கள் தொடர்ந்து இணைந்திருக்கவும் திறம்பட ஒத்துழைக்கவும் உதவும்.

உங்கள் தொழில்துறையில் சமீபத்திய AI மற்றும் டிஜிட்டல் தொழில்நுட்ப மேம்பாடுகளுடன் புதுப்பித்த நிலையில் இருங்கள். மாநாடுகள் மற்றும் பயிற்சி அமர்வுகளில் கலந்துகொள்ளவும், தொழில்துறை வெளியீடுகளைப் படிக்கவும், புதிய கருவிகள் மற்றும் மென்பொருளைப் பற்றி அறிந்திருக்கவும்.

நீங்கள் AI மற்றும் டிஜிட்டல் தொழில்நுட்பத்தைப் பயன்படுத்திக் கொள்ளும்போது, உங்கள் தரவையும் உங்கள் வாடிக்கையாளர் அல்லது வாடிக்கையாளர்களின் வங்கி வர்த்தக கடவுச் சொல் பாதுகாப்பது முக்கியம். வலுவான கடவுச்சொற்களைப் பயன்படுத்தவும், உங்கள் மென்பொருளைப் புதுப்பித்த நிலையில் வைத்திருக்கவும் மற்றும் சைபர் தாக்குதல்களைத் தடுக்க பாதுகாப்பு மென்பொருளைப் பயன்படுத்தவும்.

உங்களின் அணுகுமுறையைத் தனிப்பயனாக்குதல், தரவை பகுப்பாய்வு செய்தல், தகவல்தொடர்புகளை மேம்படுத்துதல், தகவலறிந்து இருத்தல் மற்றும் உங்கள் தரவைப் பாதுகாப்பதன் மூலம், இந்த தொழில்நுட்பங்களைப் பயன்படுத்தி உற்பத்தித்திறனை அதிகரிக்கவும், சிறந்த வாடிக்கையாளர் அனுபவங்களை வழங்கவும், உங்கள் வணிகத்தை வளர்க்கவும் முடியும்.

டிஜிட்டல் தொழில்நுட்பத்தின் பயன்பாடு அதிகரித்து வருவதால், இணைய பாதுகாப்பு மீறல் அபாயமும் உள்ளது.

டிஜிட்டல் தொழில்நுட்பத்தின் பயன்பாடு சமூக தனிமைப்படுத்தலுக்கு வழிவகுக்கும், ஏனெனில் மக்கள் ஆன்லைனில் அதிக நேரம் செலவிடுகிறார்கள் மற்றும் மற்றவர்களுடன் நேரில் தொடர்புகொள்வதில் குறைந்த நேரத்தை செலவிடுகிறார்கள்.

டிஜிட்டல் கண்டுபிடிப்பு மற்றும் தொழில்நுட்பம் மனித உழைப்பை இயந்திரங்கள் மற்றும் ஆட்டோமேஷன் மாற்றுவதால் வேலைகளை இடமாற்றம் செய்யலாம். இது குறிப்பிடத்தக்க வேலை இழப்பு மற்றும் பொருளாதார சீர்குலைவுக்கு வழிவகுக்கும்.

தொழில்நுட்பத்தை நாம் அதிகம் சார்ந்திருப்பதால், தொழில்நுட்பம் இல்லாமல் விமர்சன ரீதியாக சிந்திக்கவும் சிக்கலைத் தீர்க்கும் திறனையும் நாம் இழக்க நேரிடலாம். இது படைப்பாற்றல் மற்றும் புதுமையின் பற்றாக்குறைக்கு வழிவகுக்கும்.

டிஜிட்டல் தொழில்நுட்பத்தின் பயன்பாடு மன ஆரோக்கியத்தில், குறிப்பாக இளைஞர்களிடையே எதிர்மறையான தாக்கத்தை ஏற்படுத்தும். சமூக ஊடகங்களின் அதிகப்படியான பயன்பாடு, கவலை, மனச்சோர்வு மற்றும் பிற மனநலப் பிரச்சனைகளுக்கு வழிவகுக்கும்.

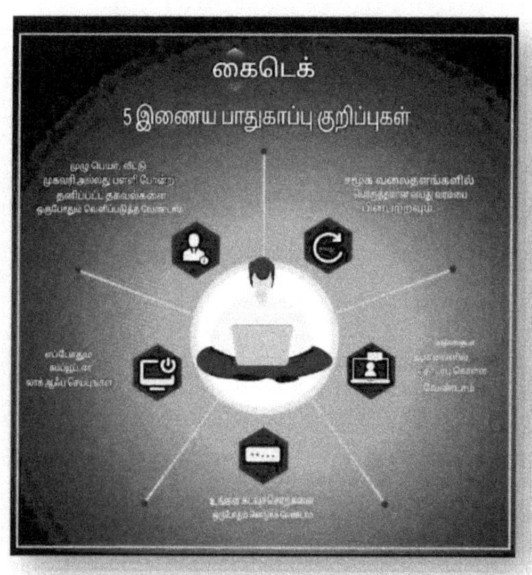

சுற்றுச்சூழல் பாதிப்பு: டிஜிட்டல் தொழில்நுட்பத்தின் உற்பத்தி, பயன்பாடு மற்றும் அகற்றல் ஆகியவை சுற்றுச்சூழலில் எதிர்மறையான தாக்கத்தை ஏற்படுத்தும், குறிப்பாக முறையாக அகற்றப்படாவிட்டால்.

அதிக ஆபத்துள்ள, குழப்பமான காலகட்டத்தில் நாம் வாழ்கிறோம், எனவே தொழில்நுட்ப முன்னேற்றம் ஒவ்வொருவரும் தங்கள் வாழ்க்கையை சரியான வசதியுடன்

வாழ்வதை எளிதாக்கியுள்ளது. இருப்பினும், தொழில்நுட்பத்தின் அதிகப்படியான பயன்பாடு அனைவருக்கும் பொருந்தாது என்பதை நீங்கள் நினைவில் கொள்ள வேண்டும், எனவே எல்லாவற்றையும் மிதமாகப் பயன்படுத்த வேண்டும். தொழில்நுட்பத்தை மிகச் சிறப்பாகப் பயன்படுத்தி, ஏற்கனவே உள்ள அறிவில் விரிவான ஒன்றைச் சேர்க்கும் நடைமுறையான ஒன்றைக் கற்றுக்கொள்ளுங்கள். தகவல்தொடர்பு இனி ஒரு தடையாக இல்லை, எனவே உங்கள் அன்புக்குரியவர்களுக்காக சிறிது நேரம் ஒதுக்குங்கள் மற்றும் அவர்களுடன் பயனுள்ள தொடர்பு கொள்ளுங்கள்

டிஜிட்டல் தொழில்நுட்பம் எதிர்காலத்தில் நம் வாழ்வின் பல்வேறு அம்சங்களில் தொடர்ந்து புரட்சியை ஏற்படுத்த உள்ளது. முன்னேற்றங்கள் AI, IoT, தொலைதூர வேலை மற்றும் பொழுதுபோக்கு ஆகியவை டிஜிட்டல் தொழில்நுட்பம் சமூகத்தில் ஏற்படுத்தும் ஆழமான தாக்கத்தின் சில எடுத்துக்காட்டுகள். எவ்வாறாயினும், டிஜிட்டல் தொழில்நுட்பம் பொறுப்புடனும் நெறிமுறையுடனும் பயன்படுத்தப்படுவதை உறுதிப்படுத்துவது முக்கியம், மேலும் தனிநபர்களின் தனியுரிமை மற்றும் பாதுகாப்பைப் பாதுகாக்க பொருத்தமான நடவடிக்கைகள் உள்ளன.

இருப்பினும், டிஜிட்டல் தொழில்நுட்பம் பல நன்மைகளைக் கொண்டுவரும் அதே வேளையில், அது குறிப்பிடத்தக்க

சவால்களையும் முன்வைக்கிறது. தனியுரிமை மற்றும் பாதுகாப்பில் டிஜிட்டல் தொழில்நுட்பத்தின் தாக்கம் முதன்மையான கவலைகளில் ஒன்றாகும். டிஜிட்டல் டெக்னாலஜி நம் வாழ்வில் அதிகமாக பரவி வருவதால், அது பல்வேறு நோக்கங்களுக்காகப் பயன்படுத்தக்கூடிய பெரிய அளவிலான தரவுகளை சேகரிக்கிறது. எனவே, டிஜிட்டல் தொழில்நுட்பம் நெறிமுறை மற்றும் பொறுப்புடன் பயன்படுத்தப்படுவதை உறுதி செய்வது அவசியம், மேலும் தனிநபர்களின் தனியுரிமை மற்றும் பாதுகாப்பைப் பாதுகாக்க பொருத்தமான நடவடிக்கைகள் உள்ளன.

உங்கள் அன்றாட வாழ்க்கையை எளிதாக்க தொழில்நுட்பத்தை எவ்வாறு பயன்படுத்தலாம்?

- பொருத்தமான தொழில்நுட்பம் மற்றும் கேஜெட்களைப் பயன்படுத்தி உங்கள் அன்றாட வாழ்வில் உள்ள அனைத்து தடைகளையும் வடிவமைத்து எளிதாக்குங்கள்.

- உங்கள் ஸ்மார்ட் ஃபோன் அல்லது ஸ்மார்ட் டிவியில் உங்களின் சொந்த விருப்பமான பாடலை எழுப்பும் அலாரமாகக் கேட்டு உங்கள் நாளைத் தொடங்கலாம்.

- நீர் நிலைகளை மற்றும் சம்ப் கண்காணிக்க வேண்டிய தேவையை நீக்கும் தொடர்ச்சியான நீர் விநியோகத்திற்காக உங்கள் தண்ணீர் சம்ப் மற்றும் மேல்நிலை தொட்டியில் ஒரு ஆட்டோ-கட்ஆஃப் சென்சார் நிறுவவும். இதைச் செய்வதன் மூலம், நீங்கள் சுற்றுச்சூழலுக்கு நட்பாக இருப்பீர்கள், மேலும் உங்கள் மின்சாரக் கட்டணத்தையும், நிரம்பி வழியும் தண்ணீரியும் மிச்சப்படுத்துவீர்கள்.

- சுமார்ட் அட்டை அல்லது கடவுக்குறியீடு, பயோமெட்ரிக்ஸ் மற்றும் குறிப்பிட்ட நேரங்கள் மற்றும் தேதிகளுடன் பார்வையாளர்களுக்கான OTP மூலம் முக்கிய கதவுகளை திறக்கும் டிஜிட்டல் கதவுகளை நிறுவலாம்.

- உங்கள் மின்சார பிரச்சனைகளை கவனித்துக்கொள்ள சோலார் சிஸ்டம் மற்றும் சோலார் விளக்குகளை நிறுவவும்.

- பராமரிப்பு இல்லாத பவர் பேக்கப்பை நிறுவி, இணையம், பாதுகாப்பு கேமராக்கள் மற்றும் முக்கியமான உபகரணங்கள் மற்றும் விளக்குகளுடன் இணைக்கவும்.

- ஒயர்லெஸ் கேமரா மற்றும் சிசிடிவியை நிறுவவும், இதன் மூலம் உலகில் எங்கிருந்தும் நீங்கள் விரும்பியதை பார்க்கவும், சேமிக்கவும் மற்றும் கட்டுப்படுத்தவும் பாதுக்காக்க முடியும்.

- வைஃபை வசதியுள்ள சாதனங்களான டிவி, ஃப்ரிட்ஜ், வாஷிங் மெஷின், ஃபேன், கீசர், மைக்ரோ ஓவன் போன்றவற்றை மொபைல் மூலம் கட்டுப்படுத்தி கண்காணித்தால் மின்சாரம் மிச்சப்படுத்துவது மட்டுமின்றி சுற்றுச்சூழல் பாதிப்பும் குறையும்.

- நீங்கள் பூமியில் எங்கிருந்தாலும் உங்கள் மொபைல் சாதனத்தின் மூலம் பார்வையாளர்களைக் கண்காணிக்கவும் தொடர்பு கொள்ளவும் உயர்தர வீடியோ டோர் ஃபோனை நிறுவவும்.

- எல்லா நிலைகளிலும் மற்றும் எல்லா நேரங்களிலும் உங்கள் ஆரோக்கியத்தைக் கண்காணிக்க உயர்தர ஸ்மார்ட் வாட்ச் ஒன்றை அணியுங்கள், மேலும் ஏதேனும் மருத்துவ அவசரநிலைகள் அல்லது விரும்பத்தகாத சம்பவங்களுக்கு உங்கள் உடனடி குடும்ப உறுப்பினர்களை தானாக எச்சரிக்க அல்லது தொடர்பு கொள்ள முடியும்.

- மின்சார பில்கள், இன்டர்நெட் பில்கள், டெலிபோன் பில்கள், செய்தித்தாள் சந்தாக்கள், மொபைல் ரீசார்ஜ், உங்கள் வருடாந்திர பராமரிப்பு பில்கள், சொத்து வரி, தண்ணீர் வரி, வழக்கமான கட்டணங்கள் போன்ற உங்களின் அனைத்து பயன்பாட்டு பில்களும் உங்கள் வங்கி போர்ட்டலின் ஆன்-லைன் மூலம் தானியங்குபடுத்தப்படலாம்.

- அனைத்து வீட்டு பராமரிப்புகளையும் பழுதுபார்ப்பதற்கு அல்லது பணம் செலுத்துவதற்கு பல்வேறு போர்ட்டல்கள் மூலம் தானியங்கு செய்ய முடியும்.

- உங்களுக்கு நினைவூட்டுவதற்கு அல்லது சம்பந்தப்பட்ட நபர்களுக்கு வாழ்த்துகள் அல்லது பரிசுகளை அனுப்ப உங்கள் மொபைலில் உங்களின் முக்கியமான செயல்பாடு தேதிகள் மற்றும் உங்கள் நன்பர்கள் மற்றும் உறவினர்களின் முக்கியமான செயல்பாட்டு தேதிகளை அமைக்க உங்கள் கைபேசி மூலம் செயல் படுத்தமுடியும்.

- உங்கள் பண மேலாண்மை, சொத்து பரிவர்த்தனைகள், ஓய்வு மற்றும் பயணம், மற்றும் அனைத்து வகையான பொழுதுபோக்கு நிகழ்வுகளையும் மொபைல் மூலம் சுமூகமாகவும் தொழில் ரீதியாகவும் நிர்வகிக்கும் ஒரு புகழ்பெற்ற செல்வ மேலாண்மை நிறுவனத்தின் மூலம் செயல்படுத்தலாம்.

- உங்கள் பட்ஜெட்டுக்கு ஏற்ப உங்கள் போர்டல்களுக்கு குறுகிய அல்லது நீண்ட பயணங்களுக்கு ஒரு காரை

வாடகைக்கு எடுக்கலாம், மேலும் உங்கள் மொபைல் மூலம் ஆன்லைன் லாஜிஸ்டிக் ஏஜென்சிகள் மூலம் எங்கும் செல்ல உங்கள் வீட்டுப் பொருட்கள் அல்லது வேறு ஏதேனும் பொருட்களை அனுப்பலாம்.

- வீட்டுப் பராமரிப்புக்காகவோ அல்லது மருத்துவத்திற்காகவோ ஆன்லைன் போர்ட்டல் மூலம் நீங்கள் குழுவை அமர்த்திக் கொள்ளலாம் அவர்கள் உங்கள் வீட்டிற்குச் வந்து வீட்டை சுத்தப்படுத்துவதோ அல்லது மருத்துவப் பரிசோதனைக்கும் உங்கள் வீட்டிற்கே வந்து எல்லா சேவைகளையும் செய்வார்கள்.

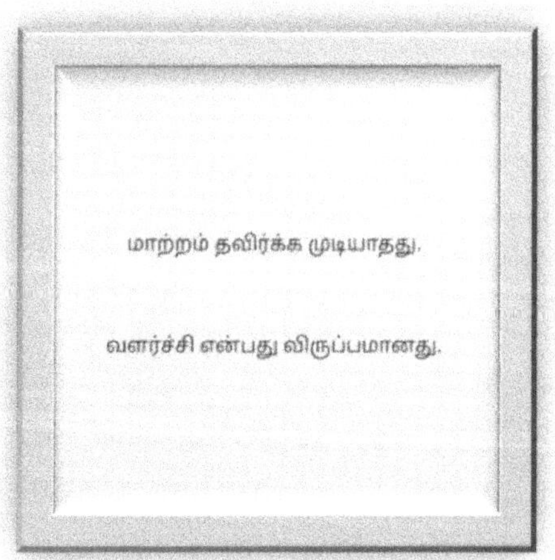

ஆண்டிபிராகிலிட்டி(பின்னடைவுகளை சமாளிப்பது)

ஆண்டிஃபிராகிலிட்டி என்பது பின்னடைவு மற்றும் வலிமைக்கு அப்பாற்பட்டது. ஆண்டிஃபிராகிலிட்டி ஒருவரை அதே நிலையைப் பராமரிக்கும் போது அதிர்ச்சிகளைத் தாங்க அனுமதிக்கிறது, அதே சமயம் மன அழுத்தத்தின் கீழ் ஆண்டிஃபிராகிலிட்டி மேம்படும்.

உங்கள் மன மற்றும் உடல் ஆரோக்கியத்தைப் பாதுகாக்க, முக்கியமான முடிவுகளுக்குப் பல விருப்பங்களை உருவாக்குவது முக்கியம். எப்பொழுதும் சிறந்த மற்றும் மோசமான சூழ்நிலைகள் இரண்டிற்கும் தயாராகுங்கள் மற்றும் முக்கியமான திட்டங்களுக்கு ஒரு பின்னடைவுத் திட்டம் அல்லது பிளான் "A" க்கான பிளான் "B" ஐ வைத்திருக்கவும். சரியான நேரத்தில் பின்னடைவு விருப்பம் பல சிக்கல்களைத் தீர்க்கும்.

ஓய்வுக்குப் பிறகு ஒரு நிலையான வருமானத்தைப் பெற, வாழ்க்கையின் ஆரம்பத்தில் ஒரு சிறிய தொகையைச் சேமிப்பது அல்லது வைப்பது நல்லது. பாஸ்போர்ட், வங்கி விவரங்கள், ஏடிஎம் கார்டுகள், சான்றிதழ்கள் மற்றும் மருத்துவப் பதிவுகள் போன்ற முக்கியமான ஆவணங்களை டிஜிட்டல் மயமாக்கி அவற்றை கிளவுட் ஸ்டோரேஜில் சேமித்து வைப்பது அவசியம் மற்றும் அதை நம்பகமான குடும்ப உறுப்பினருக்கும் நகலை அனுப்பலாம்.

கேஜெட்டுகள் மற்றும் தொழில்நுட்பங்கள் அவற்றின் நன்மைகள் மற்றும் குறைபாடுகளைக் கொண்டிருப்பதால், தொழில்நுட்பத்தை புத்திசாலித்தனமாகவும், கவனமாகவும், விவேகமாகவும் பயன்படுத்துவது அவசியம்.

உங்கள் ஆன்லைன் பரிவர்த்தனைகள் மற்றும் தனிப்பட்ட தகவல்களைப் பாதுகாக்க, ஆன்லைன் பரிவர்த்தனைகளுக்கு ஒரு தனி கணக்கை உருவாக்கி, வெவ்வேறு வகை பரிவர்த்தனைகளுக்கு குறைந்த வரம்பு பணத்தை அமைக்கவும். தேவைக்கேற்ப உங்கள் முதன்மைக் கணக்கிலிருந்து உங்கள் ஆன்லைன் பரிவர்த்தனை கணக்கிற்கு நிதியை மாற்றவும். அனைத்து பரிவர்த்தனைகளையும் மொபைல் OTP பரிசோதனை மூலம் அனுப்புமாறு அமைக்கவும், மேலும் அனைத்து பரிவர்த்தனைகளுக்கும் உரை மற்றும் மின்னஞ்சல் விழிப்பூட்டல்களை குறுஞ்செய்திகளாக (SMS) அனுப்ப உங்கள் வங்கியை உள்ளமைக்கவும். பிறந்த தேதிகள், பெயர்கள் அல்லது மொபைல் எண்கள் போன்ற கணிக்கக்கூடிய கடவுச்சொற்களைப் பயன்படுத்துவதைத் தவிர்க்கவும். அர்த்தமற்ற சொற்களை உருவாக்க பெரிய மற்றும் சிறிய எழுத்துக்கள், எண்கள் மற்றும் சிறப்பு எழுத்துக்களின் கலவையைப் பயன்படுத்தவும். உங்கள் பணப்பையில் அல்லது மொபைல் சாதனத்தில் உங்கள் வங்கி விவரங்கள், உள்நுழைவு தகவல் மற்றும் கடவுச் சொல் விவரங்களை ஒருபோதும் வைத்திருக்க வேண்டாம். அதற்குப் பதிலாக, நம்பகமான மின்னஞ்சலின் மேகக்கணி சேமிப்பகத்தில் அவற்றை வைத்திருக்கவும், அணுகுவதற்கு கடவுச்சொல் தேவைப்படும்.

ஏடிஎம் கார்டுகள் அல்லது பின்னை எடுத்துச் செல்வதைத் தவிர்க்க, பரிவர்த்தனைகளுக்கு பயோமெட்ரிக் டச் தேவைப்படும் மெய்நிகர் ஏடிஎம் கார்டுகளைப் பயன்படுத்த உதவும் மொபைல்களை பயன்படுத்தலாம்.

3. வளர்ச்சியை நிர்வகித்தல்

பொருள்முதல்வாத வளர்ச்சி என்பது பொருளாதார வளர்ச்சி மற்றும் பொருள் உடைமைகளின் குவிப்பு ஆகியவற்றில் குறுகிய கவனம் செலுத்துவதைக் குறிக்கிறது, பெரும்பாலும் சமூக மற்றும் சுற்றுச்சூழல் ஆரோக்கியம் போன்ற மனித நல்வாழ்வின் பிற அம்சங்களின் இழப்பில் இது பெரும்பாலும் நுகர்வோர்வாதத்துடன் தொடர்புடையது, அங்கு தனிநபர்கள் மகிழ்ச்சியையும் நிறைவையும் அடைவதற்காக தொடர்ந்து அதிகமாக வாங்கவும் நுகரவும் ஊக்குவிக்கப்படுகிறார்கள்.

கட்டுப்பாடற்ற பொருளாதார வளர்ச்சியானது
நமது வெற்று இடத்தை
முழுவதுமாக நிறைவு செய்து,
எதிர்காலத்தில் நமது சுவாசத்திற்கு
இடம் இல்லாமல் மூச்சுத் திணறச் செய்யும்.

இதற்கு நேர்மாறாக, முழுமையான வளர்ச்சி என்பது சமூக, சுற்றுச்சூழல் மற்றும் ஆன்மீக ஆரோக்கியம் உட்பட மனித நல்வாழ்வின் பல அம்சங்களை உள்ளடக்கிய ஒரு பரந்த கண்ணோட்டத்தைக் குறிக்கிறது. உண்மையான முன்னேற்றத்தை பொருளாதார வளர்ச்சியின் அடிப்படையில் மட்டுமே அளவிட முடியாது என்பதை அது அங்கீகரிக்கிறது, ஆனால் சமூக நல்வாழ்வு, சுற்றுச்சூழல் நிலைத்தன்மை மற்றும் கலாச்சார பாதுகாப்பு போன்ற காரணிகளையும் கருத்தில் கொள்ள வேண்டும்.

பொருள்முதல்வாத வளர்ச்சியானது, பொருளாதார வளர்ச்சி மற்றும் தனிநபர் செழுமை ஆகியவற்றில் குறுகிய கால ஆதாயங்களுக்கு வழிவகுக்கும். அதே வேளையில், அது சுற்றுச்சூழல் சீரழிவு, சமூக சமத்துவமின்மை மற்றும் வாழ்க்கையில் அர்த்தமும் நோக்கமும் இல்லாதது போன்ற எதிர்மறையான நீண்டகால விளைவுகளையும் ஏற்படுத்தலாம். இதற்கு நேர்மாறாக, முழுமையான வளர்ச்சியானது மனித நல்வாழ்வு ஒன்றோடொன்று இணைந்திருப்பதை அங்கீகரிக்கிறது மற்றும் சமூக மற்றும் சுற்றுச்சூழல் நிலைத்தன்மையுடன் பொருளாதார வளர்ச்சியை சமநிலைப்படுத்த முயல்கிறது.

இறுதியில், பொருள்முதல்வாத வளர்ச்சிக்கும் முழுமையான வளர்ச்சிக்கும் இடையேயான தேர்வு மதிப்புகள் மற்றும் முன்னுரிமைகளின் விஷயமாகும். ஒரு முழுமையான முன்னோக்கைத் தழுவுவதன் மூலம், தனிநபர்களும் சமூகங்களும் மிகவும் நிலையான மற்றும் நிறைவான வாழ்க்கை முறையை அடைய முடியும், இது அனைத்து உயிரினங்களின் நல்வாழ்விற்கும் மற்றும் நாம் வீடு என்று அழைக்கும் நம் கிரகத்திற்கும் முன்னுரிமை அளிக்கிறது.

பொருள்சார் வளர்ச்சி அழிவுகரமானது, அங்கு இயல்பான அல்லது தாங்கக்கூடிய அல்லது நிலையான வளர்ச்சியானது ஆக்கபூர்வமானது மற்றும் சுற்றுச்சூழலுக்கு உதவுகிறது. பொருள்முதல்வாத வளர்ச்சியின் எந்த வடிவமும் ஆபத்தில் இறங்குவதைத் தவிர வேறில்லை. எவ்வாறாயினும், சகிப்புத்தன்மை, பணிவு மற்றும் மனிதாபிமானம் போன்ற மனித தார்மீக விழுமியங்கள் மற்றும் மொத்த உள்நாட்டு உற்பத்தி அல்லது பிற பொருளாதாரக் குறியீட்டிற்குப் பதிலாக மகிழ்ச்சிக் குறியீடு நாம் வாழும் உலகை பாதுகாக்க உதவும். உலக வளங்களையும் பாதுகாத்து அவற்றை நியாயமான முறையில் பயன்படுத்துதல் போன்ற பொருள்சார்ந்த வளர்ச்சி முன்பை விட இப்போது தேவைப்படுகிறது.

வளர்ச்சி எல்லாவற்றையும் நிறைவு செய்கிறது மற்றும் எதிர்கால முன்னேற்றங்களுக்கு எதையும் விட்டுவிடாது. வளர்ச்சி எல்லாவற்றையும் ஒரு மூலையில் முடக்கி அங்கிருந்து அசையாமல் செய்கிறது. உங்கள் கனவுகளை வெளிப்படுத்த எந்த இடமும் இல்லாமல் உங்கள் படைப்பாற்றலை முடக்குகிறது. உயர் வளர்ச்சி விகிதங்கள், தீவிர தரநிலைகள் மற்றும் உயர்ந்த தரநிலைகள் ஆகியவை நமது எதிர்காலத்திற்கு நல்லதல்ல. அதேசமயம் இயல்பான, நிலையான, சராசரி மற்றும் நிலையானது நமது சிறந்த வாழ்க்கைக்கான எதிர்கால வார்த்தைகள்.

உகந்த வளர்ச்சி எதிர்காலத்தில் உலக ஒழுங்கை மாற்றலாம், இன்னும் வளர மற்றும் வளர்ச்சியடையாத நாடுகளை உகந்த வளர்ச்சியடைந்த மற்றும் வளர்ந்த நாடுகளை விட சிறந்த நிலையில் வைக்கலாம். வளர்ச்சியடையாத நாடுகளில் பயன்படுத்தப்படாத இயற்கை வளங்கள் மற்றும் சுத்தமான சூழல் மற்றும் சுற்றுச்சூழலைக் கொண்டிருப்பதால், அவர்கள் தங்கள் வாழ்க்கை முறைக்கு ஏற்றவாறு நிலைத்தன்மை ஏற்படுத்த முடியும்.

அனைத்து உயிர்களும் ஒன்றாக வாழ்வற்கும், அனைவரும் வாழத் தேவையான அனைத்து வளங்களையும் கொண்ட அழகான இடம் நமது தாய் பூமி, நமக்குள் இருக்கும் வளங்களை நியாயமான முறையில் பயன்படுத்தத் தவறிவிட்டோம். வளங்கள் அவற்றின் தேவைக்கு அதிகமாகப் பயன்படுத்தப்பட்டு, தெரிந்தோ தெரியாமலோ

வீணடிக்கப்படுகின்றன. மறுசுழற்சி செய்ய முடியாத பொருட்களுக்கு பதிலாக மறுசுழற்சி செய்யக்கூடிய வளங்களை முடிந்தவரை பயன்படுத்த வேண்டும். எல்லா பாவங்களுக்கும் முக்கிய குற்றவாளி வரையறுக்கபடாத "வளர்ச்சி". எல்லாவற்றிலும் வளர்ச்சி என்ற பெயரில், நாம் நடைமுறையில் சுற்றுச்சூழல் அம்சங்களைக் கெடுத்து, அரிதான இயற்கை வளங்களைப் பாழ்படுத்துகிறோம்.

வளர்ச்சி ஒரு பொறி

நாம் வளர்ச்சியின் மீது பற்று கொண்ட சமூகம். விஷயங்கள் பெரியதாக இருக்க வேண்டும் என்று நாம் விரும்புகிறோம், ஆனால் உண்மை என்னவென்றால், எதிர்காலத்தில் புதிதாக சிந்திக்கவும் புதிய விஷயங்களை உருவாக்கவும் வளர்ச்சி நமது இடத்தைக் கொன்றுவிடுகிறது.

நீங்கள் விரிவடைந்து வளர விரும்பினால், உங்கள் வணிகத்திற்கு வளர்ச்சி நன்றாக இருக்கும், ஆனால் இந்த வளர்ச்சி சுற்றுச்சூழலை எவ்வாறு பாதிக்கும் என்பதைப் பற்றி நீங்கள் சிந்திக்கவில்லை என்றால், அது உண்மையில் யாருக்கும் பயனளிக்கப் போவதில்லை. வரையறுக்கபடாத வளர்ச்சியானது இயற்கைக்கு நட்பற்றது, ஏனெனில் அது தேவைப்படுவதை விட அதிக இடத்தை எடுத்துக்கொள்கிறது, அதாவது பிற பயன்பாடுகளுக்கு குறைவான வளங்கள் உள்ளன.

எதிர்காலத்தில் புதிதாக சிந்திக்கவும் புதிய விஷயங்களை உருவாக்கவும் நமது இடத்தை வளர்ச்சி அழிக்கிறது. நுகர்வு, பொருளாசை, பேராசை ஆகியவற்றால் நம்மை நாமே அழித்துக் கொள்கிறோம்.

நாம் நமது கிரகத்தை எவ்வாறு நிலைநிறுத்துவது என்று சிந்திக்கத் தொடங்க வேண்டும், ஏனென்றால் இப்போது நாம் அதை ஆபத்தான விகிதத்தில் அழித்து வருகிறோம்!

வளர்ச்சிக்கும் பாதுகாப்பிற்கும் இடையில் சமநிலையை பராமரிப்பது முக்கியம். நமது கிரகம் உயிர்வாழ இரண்டும் தேவை. வளர்ச்சி மட்டுமே ஒரே வழி என்று நினைக்கும் போக்கு நம்மிடம் உள்ளது, ஆனால் உண்மையில் அது இல்லை

நிலையான அபிவிருத்தி

எனவே, காலத்தின் தேவை "எதிர்கால சந்ததியினரின் சொந்த தேவைகளை பூர்த்தி செய்யும் திறனை சமரசம் செய்யாத நிலையான வளர்ச்சித்தான் நிலைத்தன்மை.

சுற்றுச்சூழல் நிலைத்தன்மை: சுற்றுச்சூழல் ஒருமைப்பாடு பராமரிக்கப்படுகிறது; பூமியின் அனைத்து சுற்றுச்சூழல் அமைப்புகளும் சமநிலையில் வைக்கப்படுகின்றன, அதே நேரத்தில் அவற்றில் உள்ள இயற்கை வளங்கள் மனிதர்களால் தங்களைத் தாங்களே நிரப்பிக்கொள்ளும் விகிதத்தில் நுகரப்படுகின்றன.

பொருளாதார நிலைத்தன்மை: உலகெங்கிலும் உள்ள மனித சமூகங்கள் தங்கள் சுதந்திரத்தைத் தக்க வைத்துக் கொள்ள முடியும் மற்றும் அவர்களின் தேவைகளைப் பூர்த்தி செய்யத் தேவையான ஆதாரங்களை (நிதி மற்றும் பிற) அணுக முடியும். பொருளாதார அமைப்புகள் அப்படியே உள்ளன, பாதுகாப்பான வாழ்வாதாரம் போன்ற செயல்பாடுகள் அனைவருக்கும் கிடைக்கும்.

சமூக நிலைத்தன்மை: உலகளாவிய மனித உரிமைகள் மற்றும் அடிப்படைத் தேவைகள், தங்கள் குடும்பங்கள் மற்றும் சமூகங்களை ஆரோக்கியமாகவும் பாதுகாப்பாகவும் வைத்திருக்க போதுமான ஆதாரங்களை அணுகக்கூடியது. ஆரோக்கியமான சமூகங்கள் தனிப்பட்ட, தொழிலாளர் மற்றும் கலாச்சார உரிமைகள் மதிக்கப்படுவதையும், அனைத்து

மக்களும் பாகுபாட்டிலிருந்து பாதுகாக்கப்படுவதையும் உறுதிசெய்யும் முறையாகும்.

வளர்ச்சி திசைதிருப்பும்

"வளர்ச்சி கவனச்சிதறல்" என்ற அறிக்கை, தனிப்பட்ட மற்றும் தொழில்முறை வளர்ச்சி சவால்கள் மற்றும் அபாயங்களை முன்வைக்கும் என்று கூறுகிறது. வளர்ச்சி நேர்மறையான விளைவுகளுக்கும் தனிப்பட்ட நிறைவுக்கும் வழிவகுக்கும் அதே வேளையில், அது நிச்சயமற்ற தன்மை, அசௌகரியம் மற்றும் தோல்விக்கான சாத்தியக்கூறுகளுடன் சேர்ந்து கொள்ளலாம்.

எடுத்துக்காட்டாக, புதிய சவால்களை ஏற்றுக்கொள்வது அல்லது புதிய விஷயங்களை முயற்சிப்பது தனிப்பட்ட வளர்ச்சியை விளைவிக்கலாம், ஆனால் அது தோல்வி பயம், சுய சந்தேகம் மற்றும் புதிய சூழ்நிலைகள் மற்றும் சூழலுக்கு ஏற்ப தேவைப்படுவதையும் கொண்டு வரலாம். வளர்ச்சியும் மாற்றமும் வாழ்க்கையின் உள்ளார்ந்த பகுதிகள் என்பதையும், அபாயங்களை எடுத்துக்கொள்வதும் சவால்களைத் தழுவுவதும் தனிப்பட்ட மற்றும் தொழில்முறை வளர்ச்சி மற்றும் நிறைவை ஏற்படுத்தும் என்பதை அங்கீகரிப்பது முக்கியம். எவ்வாறாயினும், வளர்ச்சியுடன் தொடர்புடைய அபாயங்கள் மற்றும் சவால்களை கவனத்தில் கொள்வதும், அவற்றை எதிர்கொள்ளவும் சமாளிக்கவும் தயாராக இருப்பதும் முக்கியம்.

ஒட்டுமொத்தமாக, வளர்ச்சி பலனளிக்கும் மற்றும் ஆபத்தானதாக இருக்கலாம், மேலும் அபாயங்கள் மற்றும் நன்மைகள் குறித்து விழிப்புடன் இருப்பதும், வளர்ச்சியை உள்நோக்கம், விழிப்புணர்வு மற்றும் கற்றுக்கொள்வதற்கும் மாற்றியமைப்பதற்கும் விருப்பத்துடன் அணுகுவதும் முக்கியம்.

"இன்றைய பிரச்சனை அணுசக்தி அல்ல, மனிதனின் இதய பலத்தால் மட்டுமே அமைதி காக்க முடியும் என்பதை புரிந்துகொள்வது".

- ஆல்பர்ட் ஐன்ஸ்டீன்.

அரிதாகக் கேட்கப்படும் கேள்விகள்

நாம் நமது பிறப்பின் நோக்கத்தை அல்லது வாழ்வின் நோக்கத்தை நிறைவேற்றுகிறோமா?

அது ஆம் அல்லது இல்லை இருக்கலாம்; உண்மையில், நமது பிறப்பின் உண்மையான புறநிலை வரையறுக்கப்படவில்லை. அவர்களின் வாழ்க்கை முறையின் பல்வேறு அம்சங்களால் புறநிலை நபருக்கு நபர் மாறுபடும். வாழ்க்கையின் புறநிலை ஒரு தனிநபரின் உள் நிலையைப் பொறுத்தது, இது ஒரு நிலையானது அல்ல மற்றும் அவர்களின் சொந்த முன்னுரிமைகளுக்கு ஏற்ப அவ்வப்போது மாறுபடும். நம் பிறப்பின் உண்மையான புறநிலையை தீர்மானிக்க முயலும் போது எழும் பல கேள்விகள் உள்ளன, அதாவது நாம் பிறந்தது

நம் பெற்றோரைக் கவனிப்பதற்காக அல்லது நம் குடும்பம் அல்லது உறவினர்களைப் பராமரிக்க, நம் பெற்றோரின் ஆசைகளை நிறைவேற்ற, நம் சொந்த ஆசைகளை நிறைவேற்ற, சமுதாயத்தை கவனித்துக்கொள்வது, நம் நாட்டைக் கவனித்துக்கொள்வது அல்லது நாம் பிறந்த உலகத்தை கவனித்துக்கொள்வது. எனவே, உண்மையை வெளிக்கொணர்வது ஒரு முரண்பாடாகும்.

ஒரு சிறந்த உலகத்தை உருவாக்க ஒரு சிறந்த மனிதராக மாறுவது பற்றி நாம் விழிப்புடன் இருக்கிறோமா?

உங்களுக்கு உண்மையாக இருங்கள்: ஒரு சிறந்த நபராக மாற, ஒருவர் எப்போதும் தனக்கு உண்மையாக இருக்க வேண்டும். நல்லது, கெட்டது மற்றும் அசிங்கமானதை ஒப்புக்கொண்டு அதை ஏற்றுக்கொள்ளுங்கள். ஒரு நபராக மேம்படுவதற்கு, முதலில் நீங்கள் யார், யார் இல்லை என்பதை நீங்கள் அறிந்திருக்க வேண்டும்.

யாரையாவது அவர்கள் செய்யும் காரியத்திற்காக அல்லது அவர்கள் யார் என்று உண்மையில் பாராட்ட வேண்டும். நிறைய பேர் மதிப்புமிக்கவர்களாக உணர விரும்புகிறார்கள், இந்த சிறிய பரிசு அவர்களின் வாழ்க்கையில் மாற்றத்தை ஏற்படுத்தும்.

நீங்கள் நண்பர்களாக இல்லாதவர்களுக்கு உதவுங்கள்: நீங்கள் விரும்பும் ஒருவருக்கு உதவுவது எளிது, ஆனால் நீங்கள் விரும்பாத ஒருவருக்கு உதவுவது மிகவும் கடினம். ஆனால்

உங்கள் செயல்கள் உங்களைப் பிரதிபலிப்பதாக இருக்க வேண்டும், யார் உதவி கேட்கிறார்கள் என்பதைப் பொருட்படுத்தாமல். இவ்வுலகில் நீங்கள் நல்ல விஷயங்களைத் தொடர்ந்து கொண்டு வந்தால், அது எதிர்பாராத விதத்தில் பத்து மடங்கு உங்களுக்குத் திரும்பி வரும்.

> "நல்வாழ்வு என்பது உடல், மனம் மற்றும் ஆவியின் முழுமையான ஒருங்கிணைப்பு - நாம் செய்யும், நினைக்கும், உணரும் மற்றும் நம்பும் அனைத்தும் நமது நல்வாழ்வில் தாக்கத்தை ஏற்படுத்துகின்றன என்பதை உணர்தல்." - கிரெக் ஆண்டர்சன்

உங்கள் ஈகோவை விட வலுவாக இருங்கள்: ஈகோ உண்மையில் கருணை மற்றும் இரக்கமுள்ளவர்களாக இருந்து நம்மை விரட்டுகிறது. நாம் கோபப்பட வேண்டும் அல்லது சிலரிடம் பேசக்கூடாது என்று சொல்வது நமது ஈகோ.

நீங்கள் உங்கள் ஈகோவை ஒதுக்கி வைக்கும்போது, நீங்கள் விஷயங்களை வித்தியாசமாக பார்க்க ஆரம்பிக்கிறீர்கள். நீங்கள் கோபம் குறைவாக இருப்பீர்கள் மற்றும் உங்கள் வாழ்க்கையில் நேர்மறையான மாற்றங்களைக் கவனிப்பீர்கள்.

உங்கள் எதிர்மறை பழக்கங்களை ஒதுக்கி வைக்கவும்: புகைபிடித்தல், வதந்திகள் பேசுதல் அல்லது தீர்ப்பளித்தல் - தயவுசெய்து வேண்டாம்! கெட்ட பழக்கங்களை கைவிட்டு நல்ல பழக்கங்களை மாற்றுங்கள். உங்கள் கெட்ட பழக்கங்களை உடனடியாக கைவிட முடியாவிட்டால், அவற்றை நீங்கள் உண்மையில் அகற்றும் வரை சிறியதாகத் தொடங்குங்கள்.

ஒரு சிறு புன்னகை போதும். அந்நியர்களைப் பார்த்து புன்னகைப்பது, குறிப்பாக காலையில், அனைவருக்கும் பிரகாசமாக இருக்கும். ஒருவரை ஆச்சரியப்படுத்துங்கள்: உங்கள் நண்பர்கள், உங்கள் பங்குதாரர் அல்லது உங்கள் குழந்தைகளை ஆச்சரியப்படுத்துங்கள். நாம் எவ்வளவு வயதானவர்களாக இருந்தாலும், . நிச்சயமாக நாம் அனைவரும் ஆச்சரியங்களை விரும்புகிறோம். மேலும் இது ஒரு பெரிய சைகையாக இருக்க வேண்டிய

அவசியமில்லை, சில நேரங்களில் ஒரு எளிய செய்தி, அட்டை அல்லது கடிதம் போதும்.

அர்த்தமுள்ள ஒன்றை உருவாக்குங்கள்: மற்றவர்கள் பயனடையக்கூடிய ஒன்றை உருவாக்குவது விலைமதிப்பற்றது. கைவினை அல்லது வணிகம், வலைப்பதிவு அல்லது புத்தகம், சிறப்பு உணவு அல்லது உங்கள்

சமூகத்திற்கு நீங்கள் எவ்வாறு மதிப்பு சேர்க்கலாம் என்பதைப் பற்றி சிந்தித்துக் கொண்டே இருங்கள். அர்த்தமுள்ள ஒன்றை உருவாக்குங்கள்.

நமது பிறப்பின் புறநிலை பற்றிய உண்மையின் உகந்த நிலை, மறுபுறம், நம் சொந்த உலகத்தைப் பாதுகாப்பதாக இருக்கலாம், அங்கு நாம் ஒரு முறை நம் வாழ்க்கையை அனுபவிக்க பிறந்தோம்.

நாம் யாரால் நிர்வகிக்கப்படுகிறோம்?

நமது மூளையின் சமிக்ஞைகளை ஏற்காமல் உலகில் யாராலும் யாரையும் நிர்வகிக்க முடியாது. அதுபோலவே, எங்கோ, எப்போதாவது, தெரிந்தோ தெரியாமலோ நாம் ஏற்றுக்கொள்வதை அவர்கள் அறிந்தோ, அறியாமலோ ஏற்றுக்கொள்ளாதவரை, எந்தச் சூழ்நிலையிலும் பிறருக்குப் பிரச்சனையை உருவாக்க முடியாது.

அழைக்கப்படாத பேச்சு, இலவச கிரெடிட் கார்டு அல்லது எந்த வகையான இலவசத்தையும் ஏற்றுக்கொள்வது, அதிக மது, சர்க்கரை, உப்பு அல்லது எதையும் அதிகமாக உட்கொள்வது எதுவும் இலவசமாக வருவதில்லை, மேலும் இயற்கையில் உள்ள பெரும்பாலான இலவச விஷயங்கள் அவற்றின் சொந்த மறைக்கப்பட்ட நிகழ்ச்சி நிரலைக் கொண்டுள்ளன.

பிறக்கும்போது பிறழ்வு நிலை தொடங்கி உலகத்திற்கு நீங்கள் வெளிப்படுத்தியதன் அடிப்படையில் மூளை நிறைய தகவல்களைச் சேமிக்கிறது. உங்கள் செயல்கள் மற்றும்

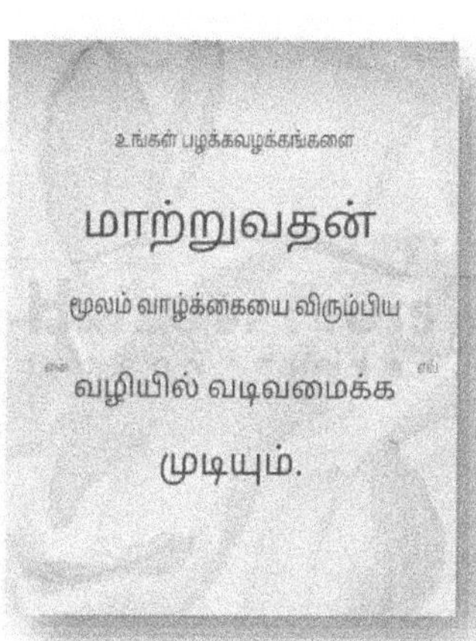

எதிர்வினைகள் உங்கள் சேமிக்கப்பட்ட மூளை தரவு மற்றும் பல்வேறு நேரங்களில் அதன் விளக்கத்தின் பிரதிபலிப்பு ஆகும். மூளை மேலாண்மை என்பது எந்தவொரு விளைவுக்கான நிர்வாகத்தின் இறுதி வடிவமாகும். ஆன்மா (மூளை) மற்றும் உடலின் மேலாண்மை போன்ற அனைத்து நிர்வாகத்திற்கும் கல்வியானது அவசியம், மனநலம் மற்றும் உடல் ஆரோக்கியத்திற்கு அதிக முன்னுரிமை கொடுக்க வேண்டும்,. எந்தவொரு நிர்வாகத்திலும் சிறந்து விளங்குவதற்கு வாழ்க்கை முறை மேலாண்மை என்பது ஒரு அடிப்படைத் தேவை..

4.   உலகளாவிய கவனிப்பு

"உலகளாவிய கவனிப்பு" என்பது உலகளாவிய சமூகம் மற்றும் கிரகத்தின் நல்வாழ்வு மற்றும் நிலைத்தன்மைக்கு தனிநபர்கள் மற்றும் நிறுவனங்களுக்கு இருக்கும் அக்கறை மற்றும் பொறுப்பைக் குறிக்கிறது. வறுமை, சமத்துவமின்மை, காலநிலை மாற்றம் மற்றும் சமூக அநீதி போன்ற உலகளாவிய சவால்களை எதிர்கொள்ள நடவடிக்கை எடுப்பது மற்றும் உலகளாவிய அமைதி, நிலைத்தன்மை மற்றும் செழிப்பை மேம்படுத்துவதற்கு வேலை செய்வது ஆகியவை இதில் அடங்கும்

மக்களின் பொறுப்புகள் என்பது தனிநபர்கள் தங்களுக்கும், அவர்களின் சமூகங்களுக்கும் மற்றும் உலகிற்கும் உள்ள பொறுப்புகள் மற்றும் கடமைகளைக் குறிக்கிறது.

இன்றைய ஒன்றோடொன்று இணைக்கப்பட்ட உலகில், தனிநபர்கள் மற்றும் நிறுவனங்கள் தங்கள் உடனடி சூழ்நிலைகளுக்கு அப்பால் சிந்திக்க வேண்டிய பொறுப்பு மற்றும் உலகளாவிய சமூகம் மற்றும் கிரகத்தின் மீதான அவர்களின் செயல்களின் தாக்கத்தை கருத்தில் கொள்ள வேண்டும். அவர்களின் உலகளாவிய கவனிப்பு மற்றும் மக்கள் பொறுப்புகளை ஏற்றுக்கொள்வதன் மூலம், தனிநபர்கள் மற்றும் நிறுவனங்கள் மிகவும் சமமான, நிலையான மற்றும் அமைதியான உலகத்தை மேம்படுத்துவதில் பங்கு வகிக்க முடியும்.

உலக வெப்பமயமாதல்

வெப்பமடைதல் என்பது பூமியின் காலநிலை அமைப்பின் சராசரி வெப்பநிலையில் உயர்வைக் குறிக்கிறது. இது முதன்மையாக வளிமண்டலத்தில் கார்பன் டை ஆக்சைடு போன்ற பசுமை இல்லா வாயுக்களின் அதிகரிப்பால் ஏற்படுகிறது. புவி வெப்பமடைதலைத் தவிர்க்க அல்லது குறைக்க, நாம் ஒன்றாக பாடுபடவேண்டும்.

ஆற்றல் திறன் கொண்ட சாதனங்களைப் பயன்படுத்துவதன் மூலமும், வாகனப் பயன்பாட்டைக் குறைப்பதன் மூலமும், ஆற்றல் விரயத்தைக் குறைப்பதன் மூலமும் இதை அடைய முடியும்.

சுத்தமான எரிசக்தி ஆதாரங்களுக்கு மாறாக காற்று, சூரிய ஒளி மற்றும் நீர் மின்சாரம் போன்ற சுத்தமான எரிசக்தி ஆதாரங்களை பயன்படுத்துவது..

அரசாங்கங்கள் பொதுப் போக்குவரத்தைப் பயன்படுத்துவதை ஊக்குவிக்கலாம் மற்றும் மின்சார வாகனங்களின் வளர்ச்சியில் முதலீடு செய்யலாம்.

குறைந்த கார்பன் பொருளாதாரத்திற்கு மாற்றத்தை ஆதரிக்கும் கொள்கைகளை அரசாங்கங்கள் செயல்படுத்தலாம்.

கழிவுகளைக் குறைத்தல், தாவர அடிப்படையிலான உணவை உண்ணுதல் மற்றும் தண்ணீரைச் சேமிப்பது போன்ற நிலையான நடைமுறைகளை தனிநபர்கள் பின்பற்றலாம்.

அதிக மரங்களை நடவும்: மரங்கள் கார்பன் டை ஆக்சைடை உறிஞ்சி புவி வெப்பமடைதலின் விளைவுகளை குறைக்க உதவுகின்றன.

சுற்றுச்சூழல் பிரச்சினை தீர பணியாற்றும் ஆதரவு நிறுவனங்கள், இலாப நோக்கற்ற நிறுவனங்கள் மற்றும் ஆராய்ச்சி நிறுவனங்கள் போன்ற புவி வெப்பமடைதலின் விளைவுகளைத் தணிக்க உழைக்கும் நிறுவனங்களை ஆதரிக்க வேண்டும்.

புவி வெப்பமடைதல் என்பது ஒரு சிக்கலான மற்றும் அழுத்தமான பிரச்சினையாகும், இதற்கு தனிநபர்கள், அரசாங்கங்கள் மற்றும் நிறுவனங்களின் ஒருங்கிணைந்த முயற்சி தேவைப்படுகிறது. ஆற்றலைக் குறைக்க நடவடிக்கை எடுப்பதன் மூலம் நுகர்வு, சுத்தமான ஆற்றலை ஆதரித்தல் மற்றும் நிலையான நடைமுறைகளை ஊக்குவித்தல், புவி வெப்பமடைதலின் விளைவுகளைத் தணிக்கவும் மேலும் நிலையான எதிர்காலத்தை உருவாக்கவும் உதவலாம்

கூட்டாண்மை சமூக பொறுப்பு

கார்ப்பரேட் சமூகப் பொறுப்பு (CSR) என்பது சமூகம் மற்றும் சுற்றுச்சூழலுக்கு பெருநிறுவனங்கள் மற்றும் வணிகங்கள் கொண்டிருக்கும் பொறுப்பைக் குறிக்கும் ஒரு கருத்தாகும். CSR ஆனது நிலைத்தன்மையை மேம்படுத்துதல், சமூக மற்றும் சுற்றுச்சூழல் பிரச்சினைகளை நிவர்த்தி செய்தல் மற்றும் சமூகங்கள் மற்றும் கிரகத்தின் நல்வாழ்வுக்கு பங்களிப்பதை நோக்கமாகக் கொண்ட பரந்த அளவிலான நடவடிக்கைகள் மற்றும் முன்முயற்சிகளை உள்ளடக்கியது.

சுற்றுச்சூழல் நிலைத்தன்மை: மாசு வாயு உமிழ்வைக் குறைத்தல், கழிவுகளைக் குறைத்தல் மற்றும் சுற்றுச்சூழல் நட்பு நடைமுறைகளைப் பின்பற்றுதல்.

தொண்டு நிறுவனங்களுக்கு பணம் மற்றும் வளங்களை நன்கொடையாக வழங்குதல் மற்றும் வணிக நடைமுறைகள் வெளிப்படையானவை, நியாயமானவை மற்றும் மக்களுக்கு அல்லது சுற்றுச்சூழலுக்கு தீங்கு விளைவிக்காதவை என்பதை உறுதி செய்தல். திட்டங்கள், முன்முயற்சிகள் மற்றும் கூட்டாண்மை மூலம் உள்ளூர் சமூகங்களின் நல்வாழ்வில் முதலீடு செய்தல், ஆரோக்கியமான வேலை-வாழ்க்கை சமநிலையை ஊக்குவித்தல் மற்றும் பணியாளர் நல்வாழ்வை ஆதரித்தல்

கடந்த ஐம்பது ஆண்டுகால வளர்ச்சி, உலக சுகாதாரம் மற்றும் வறுமைக் குறைப்பு ஆகியவற்றில் முன்னேற்றம் அடைய அச்சுறுத்துகிறது, மேலும் மக்களிடையே இருக்கும் சுகாதார ஏற்றத்தாழ்வுகளை மேலும் விரிவுபடுத்துகிறது. இது பல்வேறு வழிகளில் உலகளாவிய சுகாதார பாதுகாப்பு உணர்தலை கடுமையாக பாதிக்கிறது, ஏற்கனவே உள்ள நோய்களின்

சுமையை கூட்டுவது மற்றும் சுகாதார சேவைகளை அணுகுவதற்கு இருக்கும் தடைகளை அதிகப்படுத்துகிறது. உலக மக்கள்தொகையில் சுமார் 12% பேர், தங்கள் குடும்ப பட்ஜெட்டில் குறைந்தது 10% சுகாதாரப் பராமரிப்புக்காகச் செலவிடுகிறார்கள். ஏழ்மையான மக்கள் பெரும்பாலும் காப்பீடு செய்யப்படாத நிலையில், சுகாதார அதிர்ச்சிகள் மற்றும் அழுத்தங்கள் ஏற்கனவே ஒவ்வொரு ஆண்டும் சுமார் 100 மில்லியன் மக்களை வறுமையில் தள்ளுகின்றன, காலநிலை மாற்றத்தின் தாக்கங்கள் இந்த போக்கை மோசமாக்குகின்றன.

நாம் காலடி எடுத்து வைக்க வேண்டும், ஆனால் நேர்மறையான சுற்றுச்சூழல் தாக்கத்தை

ஏற்படுத்துவதற்கான அனைத்துப் பொறுப்பையும் நாம் ஏற்கமுடியத நிலை. வாழ்க்கையின் அனைத்து தரப்பு மக்களும் ஒவ்வொரு நாளும் தங்கள் கார்பன் கால்தடத்தை குறைக்கவும், அவர்களின் வழக்கமான சுற்றுச்சூழலை பாதுகாக்க வேண்டும்.

பூமியின் சுற்றுச்சூழலைப் பாதுகாப்பதில் ஒவ்வொரு தனிமனிதனுக்கும் பங்கு உண்டு. ஒரு நேர்மறையான மாற்றம், எவ்வளவு சிறியதாக இருந்தாலும், நீண்ட காலத்திற்கு ஒரு நிலையான மாற்றத்தை உருவாக்கும் திறனைக் கொண்டுள்ளது. கிரகத்தில் உள்ள ஒவ்வொரு நபரும் (அதாவது, 7 பில்லியன்!) தங்கள் கார்பன் கால்தடத்தைக் குறைக்கவும், பசுமையான வாழ்க்கை முறையைப் பின்பற்றவும் தங்கள் பங்கைச் செய்யத்

தொடங்கினால், நாம் எவ்வளவு வித்தியாசத்தை உருவாக்க முடியும்..

காலநிலை மாற்றம் என்பது மனிதகுலம் எதிர்கொள்ளும் மிகப்பெரிய சுகாதார அச்சுறுத்தலாகும், மேலும் உலகெங்கிலும் உள்ள சுகாதார வல்லுநர்கள் இந்த விரிவடையும் நெருக்கடியால் ஏற்படும் உடல்நலக் கேடுகளுக்கு ஏற்கனவே பதிலளித்து வருகின்றனர். இந்த அபாயங்களிலிருந்து யாரும் பாதுகாப்பாக இல்லை என்றாலும், காலநிலை நெருக்கடியால் முதலில் மற்றும் மோசமான உடல்நலம் பாதிக்கப்படும் மக்கள், அதன் காரணங்களில் குறைந்தபட்சம் பங்களிப்பவர்கள் மற்றும்

குறைந்த பட்சம் தங்களை மற்றும் தங்கள் குடும்பங்களை அதிலிருந்து பாதுகாத்துக் கொள்ளக்கூடியவர்கள்.

"சிந்தனை, வார்த்தை, செயலில் எதை விதைக்கிறோமோ அதையே அறுவடை செய்கிறோம்." - கர்மா.

நமது அன்பை விதைத்தால் அன்பை அறுவடை செய்கிறோம்; நாம் வெறுப்பை விதைத்தால், அதைத்தான் அறுவடை செய்கிறோம். இப்போது நாம் அனுபவிக்கும் கஷ்டங்கள் நமது செயல்களின் விளைவுகளே.

பூமியின் உயிர்வாழ்வு

நமது கிரகத்தை பாதுகாப்பதில் நாம் முக்கிய பங்கு வகிக்கின்றோம். நமது சுற்றுச்சூழலைப் பாதுகாக்கவும் பாதுகாக்கவும் தனிநபர்கள் செய்யக்கூடிய சில முக்கியப் பங்குகள் இங்கே:

உங்கள் கார்பன் தடத்தை குறைக்கவும்: நமது கிரகம் எதிர்கொள்ளும் மிக முக்கியமான பிரச்சினைகளில் ஒன்று காலநிலை மாற்றம் ஆகும், இது பசுமை இல்ல வாயு வெளியேற்றத்தால் ஏற்படுகிறது. வாகனம் ஓட்டுவதற்குப் பதிலாக பொதுப் போக்குவரத்தைப் பயன்படுத்துதல், மிதி வண்டி அல்லது நடைபயிற்சி, ஆற்றல் நுகர்வு ஆகியவற்றைக் குறைத்தல் மற்றும் தாவர அடிப்படையிலான உணவை உண்ணுதல் போன்ற நடவடிக்கைகளை மேற்கொள்வதன்

மூலம் தனிநபர்கள் தங்கள் கார்பன் தடத்தை குறைக்க உதவலாம்.

நுகர்வுப் பொருட்களின் உற்பத்தி மற்றும் அகற்றல் மாசு மற்றும் கழிவு போன்ற

சுற்றுச்சூழல் பிரச்சனைகளுக்கு முக்கிய பங்களிப்பாக உள்ளது. தனிநபர்கள் பயிற்சி செய்வதன் மூலம் இதன் தாக்கத்தை குறைக்க முடியும்

நிலையான பொருட்களிலிருந்து தயாரிக்கப்படும் பொருட்களை வாங்குதல், ஒருமுறை பயன்படுத்தும் பிளாஸ்டிக்கைத் தவிர்த்தல் மற்றும் மறுசுழற்சி செய்தல் போன்ற பொறுப்பான நுகர்வு.

சூரிய, காற்று மற்றும் நீர்மின் ஆற்றல் போன்ற புதுப்பிக்கத்தக்க ஆற்றல் ஆதாரங்களுக்கு மாறுவது பசுமைக்குடில் வாயு வெளியேற்றத்தைக் குறைக்கவும், காலநிலை மாற்றத்தின் விளைவுகளை மெதுவாக்கவும் உதவும். தனிநபர்கள் சூரிய ஒழி விசைமாற்றம் அல்லது காற்றாலை விசையாழிகளை நிறுவுவதன் மூலம் புதுப்பிக்கத்தக்க ஆற்றலை ஆதரிக்க முடியும், புதுப்பிக்கத்தக்க ஆற்றலை ஊக்குவிக்கும் கொள்கைகளை ஆதரிப்பதன் மூலம் மற்றும் புதைபடிவ எரிபொருட்களில் இருந்து விலகிச் செல்ல வழி வகுக்கின்றன.

காடுகள், ஈரநிலங்கள் மற்றும் பவளப்பாறைகள் போன்ற இயற்கை வாழ்விடங்களைப் பாதுகாப்பது பல்லுயிர்களைப் பாதுகாப்பதற்கும் காலநிலை மாற்றத்தை எதிர்த்துப் போராடுவதற்கும் முக்கியமானது. தனிநபர்கள் தன்னார்வத் தொண்டு, சுற்றுச்சூழல் அமைப்புகளுக்கு நன்கொடை வழங்குதல் மற்றும் பாதுகாக்கும் கொள்கைகளுக்கு ஆதரவளிப்பதன் மூலம் இயற்கை வாழ்விடங்களைப் பாதுகாப்பதற்கான முயற்சிகளை ஆதரிக்க முடியும்.

இந்த உலகத்தை மிகவும் "பசுமை" மற்றும் சிறந்த இடமாக மாற்ற, ஒரு தனிநபராக நீங்கள் செய்யக்கூடிய சில விஷயங்கள் இங்கே உள்ளன.

3R நுட்பத்தை ஏற்றுக்கொள்ளுங்கள்: குறைக்கவும், மீண்டும் பயன்படுத்தவும் மற்றும் மறுசுழற்சி செய்யவும்.

தொடங்குவதற்கு, வளக்கழிவு மற்றும் வீட்டுக் கழிவுகளை முடிந்தவரை குறைக்க எல்லா முயற்சிகளையும் செய்யுங்கள். உங்களுக்குத் தேவையானதை மட்டும் வாங்குங்கள், மேலும் பெரிய பாக்கெட்டுகளை வாங்குவது புத்திசாலித்தனமான நடவடிக்கையாகும் (அதிக அளவு தயாரிப்பு ஆனால் பேக்கேஜிங்கிற்கு வரும்போது குறைவான கழிவுகள்). மளிகை பொருட்கள் மற்றும் ஷாப்பிங் பைகள் போன்ற ஒன்றுக்கு மேற்பட்ட முறை பயன்படுத்தக்கூடிய பொருட்களை

எப்போதும் மீண்டும் பயன்படுத்தவும். புதிய தயாரிப்புகளை உருவாக்க தயாரிப்புகளை மறுசுழற்சி செய்வதில் ஈடுபடுங்கள்.

உங்கள் வீட்டில் உற்பத்தியாகும் கரிமக் கழிவுகளை (காய்கறி மற்றும் பழத்தோல்கள், பூக்கள், இலைகள் போன்றவை) தினமும் குப்பைக் கிடங்கில் கொட்டுவதற்குப் பதிலாக, உரம் தயாரிக்க முயற்சிக்கவும். உங்கள் கொல்லைப்புறத்தில் ஒரு

குழியை உருவாக்கி அதில் கரிம கழிவுகளை கொட்டத் தொடங்குங்கள். பிறகு நிரம்பியதும், அதை மண்ணால் மூடி வைக்கவும். கரிமக் கழிவுகள் சில வாரங்களில் சிதைந்து மண்ணுக்கு இயற்கை உரமாகச் செயல்படும்.

எப்பொழுதும், பயன்படுத்திய சார்ஜர்களை சாக்கெட்டுகளில் இருந்து துண்டிக்கவும், விளக்குகள், மின்விசிறிகள் மற்றும் வேறு ஏதேனும் மின்சாதனங்களை பயன்பாட்டில் இல்லாதபோது அணைக்கவும். நீங்கள் அதை உணராமல் இருக்கலாம், ஆனால் இந்த சிறிய கவனக்குறைவான செயல்களே உங்கள் மின் கட்டணத்தை உயர்த்துவதற்கு காரணமாக இருக்கலாம். பயன்பாட்டில் இல்லாத போது சாதனங்கள் மற்றும் சாதனங்களை அணைப்பதன் மூலம், உங்கள் ஆற்றல் செலவைக் குறைப்பது மட்டுமல்லாமல், கணிசமான அளவு ஆற்றலையும் சேமிக்கிறீர்கள்.

உங்கள் வீட்டில் உள்ள பழமையன மின் சாதனங்களை புதிய, ஆற்றல் திறன் கொண்டவைகளாக மாற்றவும். ஆற்றல் திறன் கொண்ட பல்புகள், மின்விசிறிகள், ஹீட்டர்கள், ஏர் கண்டிஷனர்கள், டிவிக்கள், குளிர்சாதனப் பெட்டிகள் மற்றும் பலவற்றால் நிரம்பியுள்ளது. இந்த சாதனங்கள் குறைந்த ஆற்றலைப் பயன்படுத்தும் போது சிறந்த செயல்திறனை வழங்குகின்றன. இதனால், உங்கள் வீட்டின் மொத்த மின் நுகர்வு, உங்கள் பயன்பாட்டுக் கட்டணத்தைப் போலவே பெரிய அளவில் குறையும்.

உங்களைச் சுற்றியுள்ள பகுதிகளில் மரங்களை நடுவதை ஒரு குறிக்கோள் ஆக்குங்கள். திருவிழாக்கள் அல்லது பிற சிறப்பு சந்தர்ப்பங்களில் நீங்கள் முன்முயற்சி எடுக்கலாம் மற்றும் உங்கள் சுற்றுப்புறத்தில் மரம் நடும் இயக்கத்தை உருவாக்கலாம். இதன் மூலம், பசுமையான எதிர்காலத்திற்காக மரங்களை நடுவதற்கு மற்றவர்களை ஊக்குவிப்பீர்கள்.

வாகனம் ஓட்டுவதைத் தவிர்க்கவும், பொது போக்குவரத்தைப் பயன்படுத்த முயற்சிக்கவும். தனிப்பட்ட கார்கள் மற்றும் ஆட்டோமொபைல்கள் ஒட்டுமொத்த எரிபொருள் பயன்பாட்டை அதிகரிப்பதோடு மட்டுமல்லாமல் தினசரி காற்று மாசுபாட்டிற்கும் பங்களிக்கின்றன. பொதுப் பேருந்துகள், ரயில்கள், போன்றவற்றில் பயணம் செய்வதன் மூலம், இதைக்

குறைக்க உதவலாம். காகித பில்களுக்கு பதிலாக மின் ரசீதுகள் தேர்வு செய்யவும். இது நமது வன வளத்தை காப்பாற்ற உதவும்.

உங்கள் வீடுகளில் உள்ள குழாய்கள், மற்றும் நீர் குளிரூட்டும் அமைப்பில் ஏதேனும் கசிவுகள் மற்றும் விரிசல்களை சரிசெய்யவும். ஒவ்வொரு சொட்டு நீரும் விலைமதிப்பற்றது. மழைநீர் சேகரிப்பை மேற்கொள்ளுங்கள். சுத்தமான கொள்கலன்கள் அல்லது தொட்டிகளில் மழைநீரைச் சேகரிப்பதன் மூலம், உங்கள் வீட்டு கார்களைக் கழுவுதல், தாவரங்களுக்கு நீர்ப்பாசனம் செய்தல்போன்றவை)களுக்கு பயன்படுத்தலாம்.

உங்கள் சொந்த ஆரோக்கியத்தை கவனித்துக்கொள்வதும் உலக ஆரோக்கியத்தை கவனிப்பதும் ஒன்றுதான், மாசு இல்லாச் சுற்றுச்சூழல் உங்களை பாதுகாப்பான மற்றும் ஆரோக்கியமான உலகில் வாழ அனுமதிக்கிறது. இது சுற்றுச்சூழலுக்கு மட்டுமல்ல, சுகாதார சூழலுக்கும் உதவுகிறது. ஆரோக்கியமான மக்கள் சுற்றுச்சூழல் நட்பு மக்களாக இருக்கிறார்கள், ஏனென்றால் அவர்கள் பணம், அபாயகரமான கழிவுகள், மனிதவளம் மற்றும் பல தொடர்புடைய பொருட்களை உள்ளடக்கிய உடல்நலம் தொடர்பான பிரச்சனைகளால் மற்றவர்களுக்கு சுமையாக இருக்க மாட்டார்கள். ஒரு ஆரோக்கியமற்ற மனிதர் அவரைச் சுற்றியுள்ள பலரிடமிருந்து உதவி, விலை மதிப்பற்ற நேரம், மற்றும் கவனிப்பு தேவைப்படுகிறது.

உங்களுக்கு எப்போது, எங்கு வாய்ப்பு கிடைத்தாலும், நீங்கள் செல்ல விரும்பும் இடங்களுக்கு நடந்து அல்லது சைக்கிளில் செல்லுங்கள், பொதுப் போக்குவரத்தைப் பயன்படுத்துங்கள். போக்குவரத்துக்காகக் காத்திருப்பதற்குப் பதிலாக நடக்க வாய்ப்பு கிடைக்கும் போதெல்லாம் குறுகிய தூர சுற்றளவுக்குள் நடக்கவும்.

குடும்ப உறுப்பினர்களுடன் நன்கு ஒழுங்கமைக்கப்பட்ட பல்நோக்கு ஷாப்பிங், வாங்குவதற்கான வரிசைப்படுத்தப்பட்ட பொருட்களின் பட்டியல், சமூக வருகைகள், பட்ஜெட், இலக்கு கடைகள், இருப்பிடத்தின் சரியான வழிகள் மற்றும் மெலிந்த போக்குவரத்து நேரத்தைத் தேர்ந்தெடுப்பது, பொதுப் போக்குவரத்தின் முக்கியத்துவம், நடைபயிற்சி அல்லது சைக்கிள் ஓட்டுதல், பூலிங் அமைப்பு, மறுபயன்பாடு, மறுசுழற்சி, குறைத்தல் போன்ற பழ வழிகள் சுற்றுச்சூழலுக்கு உதவும்.

பயணிகளை ஊக்குவிக்க பொது போக்குவரத்தை ஆதரித்தல். தனியார் வாகனங்களின் தேவையற்ற இயக்கங்களைத் தவிர்க்க பயன்பாட்டு அடிப்படையிலான தானியங்கி சாலை வரி. அனைத்து பிளாஸ்டிக் பொருட்களையும் தடை செய்தல்,

குறிப்பாக பிளாஸ்டிக் பாட்டில் தண்ணீருக்கு அதிக வரி விதித்தல்.

தெரிந்தே நோய்களை வரவழைப்பவர்களுக்கு இலவச சுகாதார பராமரிப்பு மற்றும் ஏதேனும் சலுகைகளை நிறுத்துதல்.

போதைப்பொருள் மற்றும் ஆல்கஹால் துஷ்பிரயோகம், புகைபிடித்தல் மற்றும் பிற அசாதாரண நடவடிக்கைகள் போன்ற ஆரோக்கியமற்ற பழக்கங்களில் ஈடுபடுதல் மூலம் நோய்களை வரவலைப்பவர்களுக்கு சலுகைகளைக் குறைப்பது பதவி உயர்வு வரிசை பட்டியலிருந்து குறைப்பது போன்ற திட்டங்களை வகுக்கலாம்.

அரசாங்கங்கள் மற்றும் அரசு சாரா நிறுவனங்கள் (என்ஜிஒக்கள்) சாத்தியமான அனைத்து உற்பத்தி முறைகளையும் ஆதரிக்க வேண்டும், மறுசுழற்சி மற்றும் மறுபயன்படுத்தக்கூடிய பொருட்களின் முக்கியத்துவத்தை வலியுறுத்தி, மிகப்பெரிய விழிப்புணர்வு பிரச்சாரங்கள் மற்றும் மறுசுழற்சி பொருட்கள் அல்லது மானியத்துடன் கூடிய மறுபயன்பாட்டு பொருட்களை சந்தைப்படுத்துதல். அரசுகள் மற்றும் தன்னார்வ தொண்டு நிறுவனங்கள், பொது விநியோக முறை மூலம் கட்டுப்படியாகாத மக்களுக்கு, மீண்டும் பயன்படுத்தக்கூடிய தண்ணீர் கொள்கலன்கள் மற்றும் ஷாப்பிங் பேக்குகள் போன்ற மறுபயன்பாட்டு பொருட்களை இலவசமாக விநியோகிக்கலாம்.

சமூக விழிப்புணர்வு, கல்விப் பாடத்திட்டத்தில் சேர்த்தல், கழிவுக் கட்டுப்பாடு மற்றும் தடுப்பு அமைப்பு, நிர்வாகத்தின் அனைத்து மட்டங்களிலும் கண்காணிப்புக் குழு. காலநிலை மாற்றத்தின் குறிப்பிடத்தக்க

தாக்கங்களை மக்கள் அனுபவித்து வருகின்றனர். இதில் மாறிவரும் வானிலை முறைகள், உயரும் கடல் மட்டங்கள் மற்றும் தீவிர வானிலை நிகழ்வுகள் ஆகியவை அடங்கும். மனித நடவடிக்கைகளில் இருந்து வெளிவரும் மாசு வாயுக்கள் காலநிலை மாற்றத்தை உண்டாக்குகின்றன மற்றும் தொடர்ந்து உயரும். இந்த நூற்றாண்டில் உலகின் சராசரி மேற்பரப்பு வெப்பநிலை இயல்பைவிட 3 டிகிரி செல்சியஸ் அதிகமாகி வருகிறது. உலகின் சில பகுதிகள் இன்னும் வெப்பமடையும்

என்று எதிர்பார்க்கப்படுகிறது. ஏழை மற்றும் மிகவும் பாதிக்கப்படக்கூடிய மக்கள் மிகவும் பாதிக்கப்படுகின்றனர்.

புவி வெப்பமடைவதைத் தடுக்க தனிநபர்கள், வணிகங்கள் மற்றும் அரசாங்கங்களின் கூட்டு முயற்சி தேவைப்படுகிறது. மாசு வாயு உமிழ்வைக் குறைப்பதற்கும், நிலையான நடைமுறைகளை மேம்படுத்துவதற்கும் நடவடிக்கை எடுப்பதன் மூலம், காலநிலை மாற்றத்தின் மிகக் கடுமையான தாக்கங்களைத் தணிக்கவும், நமக்கும் எதிர்கால சந்ததியினருக்கும் மிகவும் வாழக்கூடிய கிரகத்தை உருவாக்வோம்.